T R A N Z L A T Y

Language is for everyone

Ngôn ngữ dành cho tất cả mọi người

The Call of the Wild

Tiếng gọi nơi hoang dã

Jack London

English / Tiếng Việt

Into the Primitive
Vào thời nguyên thủy

Buck did not read the newspapers.
Buck không đọc báo.

Had he read the newspapers he would have known trouble was brewing.
Nếu ông đọc báo thì ông sẽ biết rằng rắc rối sắp xảy ra.

There was trouble not alone for himself, but for every tidewater dog.
Không chỉ riêng anh ta mà tất cả những chú chó ở vùng nước triều đều gặp rắc rối.

Every dog strong of muscle and with warm, long hair was going to be in trouble.
Bất kỳ chú chó nào có cơ bắp khỏe mạnh và lông dài, ấm áp đều có thể gặp rắc rối.

From Puget Bay to San Diego no dog could escape what was coming.
Từ Vịnh Puget đến San Diego, không một chú chó nào có thể thoát khỏi những điều sắp xảy ra.

Men, groping in the Arctic darkness, had found a yellow metal.
Những người đàn ông mò mẫm trong bóng tối Bắc Cực đã tìm thấy một loại kim loại màu vàng.

Steamship and transportation companies were chasing the discovery.
Các công ty tàu thủy và vận tải đang theo đuổi khám phá này.

Thousands of men were rushing into the Northland.
Hàng ngàn người đang đổ xô vào vùng đất phía Bắc.

These men wanted dogs, and the dogs they wanted were heavy dogs.
Những người đàn ông này muốn nuôi chó, và những con chó họ muốn đều là những con chó to lớn.

Dogs with strong muscles by which to toil.
Những chú chó có cơ bắp khỏe mạnh để làm việc nặng nhọc.

Dogs with furry coats to protect them from the frost.

Những chú chó có bộ lông dày để bảo vệ chúng khỏi sương giá.

Buck lived at a big house in the sun-kissed Santa Clara Valley.
Buck sống trong một ngôi nhà lớn ở Thung lũng Santa Clara đầy nắng.

Judge Miller's place, his house was called.
Nơi được gọi là nhà của thẩm phán Miller.

His house stood back from the road, half hidden among the trees.
Ngôi nhà của ông nằm tách biệt với đường cái, một nửa ẩn hiện giữa những hàng cây.

One could get glimpses of the wide veranda running around the house.
Người ta có thể thoáng thấy hiên nhà rộng chạy quanh ngôi nhà.

The house was approached by graveled driveways.
Ngôi nhà được dẫn vào bằng lối đi rải sỏi.

The paths wound about through wide-spreading lawns.
Những con đường quanh co xuyên qua những bãi cỏ rộng lớn.

Overhead were the interlacing boughs of tall poplars.
Phía trên đầu là những cành cây dương cao đan xen vào nhau.

At the rear of the house things were on even more spacious.
Phía sau nhà, mọi thứ thậm chí còn rộng rãi hơn.

There were great stables, where a dozen grooms were chatting
Có những chuồng ngựa lớn, nơi có hàng chục người giữ ngựa đang trò chuyện

There were rows of vine-clad servants' cottages
Có những dãy nhà của người hầu phủ đầy dây leo

And there was an endless and orderly array of outhouses
Và có một dãy nhà vệ sinh ngoài trời vô tận và ngăn nắp

Long grape arbors, green pastures, orchards, and berry patches.
Những giàn nho dài, đồng cỏ xanh, vườn cây ăn quả và những luống quả mọng.

Then there was the pumping plant for the artesian well.
Sau đó là nhà máy bơm nước cho giếng phun.
And there was the big cement tank filled with water.
Và có một bể xi măng lớn chứa đầy nước.
Here Judge Miller's boys took their morning plunge.
Tại đây, các chàng trai của thẩm phán Miller đã thực hiện cú nhảy buổi sáng.
And they cooled down there in the hot afternoon too.
Và họ cũng cảm thấy mát mẻ hơn vào buổi chiều nóng nực.
And over this great domain, Buck was the one who ruled all of it.
Và trên vùng đất rộng lớn này, Buck là người cai trị tất cả.
Buck was born on this land and lived here all his four years.
Buck sinh ra trên mảnh đất này và sống ở đây suốt bốn năm.
There were indeed other dogs, but they did not truly matter.
Thực ra còn có những con chó khác nữa, nhưng chúng không thực sự quan trọng.
Other dogs were expected in a place as vast as this one.
Người ta mong đợi những con chó khác sẽ có mặt ở một nơi rộng lớn như thế này.
These dogs came and went, or lived inside the busy kennels.
Những chú chó này đến rồi đi, hoặc sống bên trong những cũi chó đông đúc.
Some dogs lived hidden in the house, like Toots and Ysabel did.
Một số con chó sống ẩn núp trong nhà, giống như Toots và Ysabel.
Toots was a Japanese pug, Ysabel a Mexican hairless dog.
Toots là một chú chó pug Nhật Bản, Ysabel là một chú chó không lông của Mexico.
These strange creatures rarely stepped outside the house.
Những sinh vật kỳ lạ này hiếm khi bước ra khỏi nhà.
They did not touch the ground, nor sniff the open air outside.
Chúng không chạm đất, cũng không hít thở không khí bên ngoài.
There were also the fox terriers, at least twenty in number.

Ngoài ra còn có loài chó sục cáo, ít nhất là hai mươi con.

These terriers barked fiercely at Toots and Ysabel indoors.

Những con chó sục này sủa dữ dội vào Toots và Ysabel trong nhà.

Toots and Ysabel stayed behind windows, safe from harm.

Toots và Ysabel ở sau cửa sổ, tránh xa nguy hiểm.

They were guarded by housemaids with brooms and mops.

Họ được người hầu gái mang theo chổi và cây lau nhà bảo vệ.

But Buck was no house-dog, and he was no kennel-dog either.

Nhưng Buck không phải là chó nhà, và cũng không phải là chó nhốt trong cũi.

The entire property belonged to Buck as his rightful realm.

Toàn bộ tài sản thuộc về Buck như lãnh thổ hợp pháp của anh.

Buck swam in the tank or went hunting with the Judge's sons.

Buck bơi trong bể hoặc đi săn với các con trai của Thẩm phán.

He walked with Mollie and Alice in the early or late hours.

Anh ấy đi bộ với Mollie và Alice vào lúc sáng sớm hoặc tối muộn.

On cold nights he lay before the library fire with the Judge.

Vào những đêm lạnh giá, ông nằm trước lò sưởi thư viện cùng với Thẩm phán.

Buck gave rides to the Judge's grandsons on his strong back.

Buck chở các cháu trai của thẩm phán trên tấm lưng khỏe mạnh của mình.

He rolled in the grass with the boys, guarding them closely.

Anh ta lăn trên bãi cỏ cùng bọn trẻ, canh chừng chúng cẩn thận.

They ventured to the fountain and even past the berry fields.

Họ mạo hiểm đi đến đài phun nước và thậm chí đi qua những cánh đồng quả mọng.

Among the fox terriers, Buck walked with royal pride always.

Trong số những con chó sục cáo, Buck luôn bước đi với vẻ kiêu hãnh như vua chúa.

He ignored Toots and Ysabel, treating them like they were air.

Anh ta phớt lờ Toots và Ysabel, coi họ như không khí.

Buck ruled over all living creatures on Judge Miller's land.

Buck cai trị mọi sinh vật sống trên đất của Thẩm phán Miller.

He ruled over animals, insects, birds, and even humans.

Ông cai trị các loài động vật, côn trùng, chim chóc và thậm chí cả con người.

Buck's father Elmo had been a huge and loyal St. Bernard.

Cha của Buck, Elmo, là một chú chó St. Bernard to lớn và trung thành.

Elmo never left the Judge's side, and served him faithfully.

Elmo không bao giờ rời xa Thẩm phán và phục vụ ngài một cách trung thành.

Buck seemed ready to follow his father's noble example.

Buck dường như đã sẵn sàng noi theo tấm gương cao quý của cha mình.

Buck was not quite as large, weighing one hundred and forty pounds.

Buck không lớn lắm, chỉ nặng một trăm bốn mươi pound.

His mother, Shep, had been a fine Scotch shepherd dog.

Mẹ của chú, Shep, là một chú chó chăn cừu Scotland tuyệt vời.

But even at that weight, Buck walked with regal presence.

Nhưng ngay cả với cân nặng đó, Buck vẫn bước đi với vẻ uy nghi.

This came from good food and the respect he always received.

Điều này xuất phát từ đồ ăn ngon và sự tôn trọng mà ông luôn nhận được.

For four years, Buck had lived like a spoiled nobleman.

Trong bốn năm, Buck đã sống như một nhà quý tộc hư hỏng.

He was proud of himself, and even slightly egotistical.

Anh ấy tự hào về bản thân mình, thậm chí còn hơi tự phụ.

That kind of pride was common in remote country lords.

Lòng kiêu hãnh đó thường thấy ở những lãnh chúa vùng xa xôi.

But Buck saved himself from becoming pampered house-dog.

Nhưng Buck đã tự cứu mình khỏi việc trở thành một chú chó được cưng chiều.

He stayed lean and strong through hunting and exercise.

Ông vẫn giữ được vóc dáng thon thả và khỏe mạnh nhờ đi săn và tập thể dục.

He loved water deeply, like people who bathe in cold lakes.

Ông rất yêu nước, giống như những người tắm ở hồ nước lạnh.

This love for water kept Buck strong, and very healthy.

Tình yêu dành cho nước đã giúp Buck mạnh mẽ và khỏe mạnh.

This was the dog Buck had become in the fall of 1897.

Đây chính là chú chó Buck đã trở thành vào mùa thu năm 1897.

When the Klondike strike pulled men to the frozen North.

Khi cuộc tấn công Klondike kéo con người tới miền Bắc băng giá.

People rushed from all over the world into the cold land.

Mọi người từ khắp nơi trên thế giới đổ xô đến vùng đất lạnh giá này.

Buck, however, did not read the papers, nor understand news.

Tuy nhiên, Buck không đọc báo và cũng không hiểu tin tức.

He did not know Manuel was a bad man to be around.

Anh ta không biết Manuel là người xấu.

Manuel, who helped in the garden, had a deep problem.

Manuel, người giúp việc làm vườn, đã gặp phải một vấn đề nghiêm trọng.

Manuel was addicted to gambling in the Chinese lottery.

Manuel nghiện cờ bạc xổ số Trung Quốc.

He also believed strongly in a fixed system for winning.

Ông cũng tin tưởng mạnh mẽ vào một hệ thống cố định để giành chiến thắng.

That belief made his failure certain and unavoidable.

Niềm tin đó khiến cho sự thất bại của ông trở nên chắc chắn và không thể tránh khỏi.

Playing a system demands money, which Manuel lacked.

Chơi theo hệ thống đòi hỏi phải có tiền, thứ mà Manuel không có.

His pay barely supported his wife and many children.

Tiền lương của ông chỉ đủ nuôi vợ và nhiều con.

On the night Manuel betrayed Buck, things were normal.

Vào đêm Manuel phản bội Buck, mọi thứ vẫn bình thường.

The Judge was at a Raisin Growers' Association meeting.

Thẩm phán đã tham dự cuộc họp của Hiệp hội trồng nho khô.

The Judge's sons were busy forming an athletic club then.

Vào thời điểm đó, các con trai của thẩm phán đang bận rộn thành lập một câu lạc bộ thể thao.

No one saw Manuel and Buck leaving through the orchard.

Không ai nhìn thấy Manuel và Buck rời đi qua vườn cây ăn quả.

Buck thought this walk was just a simple nighttime stroll.

Buck nghĩ rằng chuyến đi bộ này chỉ là một cuộc đi dạo ban đêm đơn giản.

They met only one man at the flag station, in College Park.

Họ chỉ gặp một người đàn ông ở trạm dừng chân tại College Park.

That man spoke to Manuel, and they exchanged money.

Người đàn ông đó nói chuyện với Manuel và họ trao đổi tiền.

"Wrap up the goods before you deliver them," he suggested.

"Hãy gói hàng lại trước khi giao chúng", ông gợi ý.

The man's voice was rough and impatient as he spoke.

Giọng nói của người đàn ông khàn khàn và thiếu kiên nhẫn.

Manuel carefully tied a thick rope around Buck's neck.

Manuel cẩn thận buộc một sợi dây thừng dày quanh cổ Buck.

"Twist the rope, and you'll choke him plenty"

"Vặn dây thừng, và bạn sẽ làm anh ta nghẹt thở"

The stranger gave a grunt, showing he understood well.

Người lạ kia khẽ gầm gừ, tỏ ý rằng anh ta hiểu rõ.

Buck accepted the rope with calm and quiet dignity that day.

Ngày hôm đó, Buck đã chấp nhận sợi dây thừng với thái độ bình tĩnh và nghiêm trang.

It was an unusual act, but Buck trusted the men he knew.

Đó là một hành động bất thường, nhưng Buck tin tưởng những người đàn ông mà anh quen biết.

He believed their wisdom went far beyond his own thinking.

Ông tin rằng trí tuệ của họ vượt xa suy nghĩ của ông.

But then the rope was handed to the hands of the stranger.

Nhưng sau đó sợi dây đã được trao vào tay người lạ.

Buck gave a low growl that warned with quiet menace.

Buck gầm gừ một tiếng nhỏ mang theo sự đe dọa thầm lặng.

He was proud and commanding, and meant to show his displeasure.

Ông ta kiêu hãnh và thích chỉ huy, và muốn thể hiện sự không hài lòng của mình.

Buck believed his warning would be understood as an order.

Buck tin rằng lời cảnh báo của mình sẽ được hiểu như một mệnh lệnh.

To his shock, the rope tightened fast around his thick neck.

Khiến anh ta kinh ngạc là sợi dây thừng siết chặt quanh cái cổ dày của anh ta.

His air was cut off and he began to fight in a sudden rage.

Không khí trong phòng bị ngắt quãng và anh ta bắt đầu chiến đấu trong cơn thịnh nộ đột ngột.

He sprang at the man, who quickly met Buck in mid-air.

Anh ta lao vào người đàn ông đó, người nhanh chóng lao vào Buck giữa không trung.

The man grabbed Buck's throat and skillfully twisted him in the air.

Người đàn ông túm lấy cổ họng Buck và khéo léo vặn anh ta trong không trung.

Buck was thrown down hard, landing flat on his back.

Buck bị ném mạnh xuống đất và ngã ngửa ra sau.

The rope now choked him cruelly while he kicked wildly.

Sợi dây thừng siết cổ anh ta một cách tàn nhẫn trong khi anh ta đá loạn xạ.

His tongue fell out, his chest heaved, but gained no breath.
Lưỡi anh thè ra, ngực phập phồng nhưng không thở được.
He had never been treated with such violence in his life.
Anh chưa bao giờ bị đối xử bạo lực như vậy trong đời.
He had also never been filled with such deep fury before.
Anh cũng chưa bao giờ tràn ngập cơn thịnh nộ sâu sắc như vậy.
But Buck's power faded, and his eyes turned glassy.
Nhưng sức mạnh của Buck đã suy yếu và mắt anh trở nên đờ đẫn.
He passed out just as a train was flagged down nearby.
Anh ấy ngất đi ngay khi một đoàn tàu dừng lại gần đó.
Then the two men tossed him into the baggage car quickly.
Sau đó, hai người đàn ông nhanh chóng ném anh ta vào toa hành lý.
The next thing Buck felt was pain in his swollen tongue.
Điều tiếp theo Buck cảm thấy là cơn đau ở lưỡi sưng tấy.
He was moving in a shaking cart, only dimly conscious.
Ông ta đang di chuyển trên chiếc xe đẩy rung lắc, chỉ còn mơ hồ tỉnh táo.
The sharp scream of a train whistle told Buck his location.
Tiếng còi tàu rít lên chói tai cho Buck biết vị trí của mình.
He had often ridden with the Judge and knew the feeling.
Ông đã nhiều lần cưỡi ngựa cùng Thẩm phán và hiểu được cảm giác đó.
It was the unique jolt of traveling in a baggage car again.
Đó là cảm giác choáng ngợp đặc biệt khi lại được đi trên toa hành lý.
Buck opened his eyes, and his gaze burned with rage.
Buck mở mắt, ánh mắt bừng cháy vì giận dữ.
This was the anger of a proud king taken from his throne.
Đây là cơn thịnh nộ của một vị vua kiêu hãnh khi bị tước mất ngai vàng.
A man reached to grab him, but Buck struck first instead.
Một người đàn ông tiến đến định tóm lấy anh ta, nhưng Buck lại là người ra tay trước.
He sank his teeth into the man's hand and held tightly.

Anh cắn chặt răng vào tay người đàn ông đó.

He did not let go until he blacked out a second time.

Anh ấy không buông tay cho đến khi ngất đi lần thứ hai.

"Yep, has fits," the man muttered to the baggageman.

"Vâng, lên cơn rồi," người đàn ông lẩm bẩm với người khuân vác hành lý.

The baggageman had heard the struggle and come near.

Người khuân vác hành lý đã nghe thấy tiếng vật lộn và đến gần.

"I'm taking him to 'Frisco for the boss," the man explained.

"Tôi sẽ đưa anh ấy đến Frisco cho ông chủ," người đàn ông giải thích.

"There's a fine dog-doctor there who says he can cure them."

"Có một bác sĩ thú y giỏi ở đó nói rằng ông ấy có thể chữa khỏi bệnh cho chúng."

Later that night the man gave his own full account.

Đêm hôm đó, người đàn ông đã kể lại toàn bộ sự việc.

He spoke from a shed behind a saloon on the docks.

Ông nói từ một nhà kho phía sau một quán rượu trên bến tàu.

"All I was given was fifty dollars," he complained to the saloon man.

"Tôi chỉ được trả năm mươi đô la thôi," anh ta phàn nàn với người chủ quán rượu.

"I wouldn't do it again, not even for a thousand in cold cash."

"Tôi sẽ không làm điều đó một lần nữa, ngay cả khi có được một ngàn đô la tiền mặt."

His right hand was tightly wrapped in a bloody cloth.

Bàn tay phải của anh ta được quấn chặt bằng một miếng vải đẫm máu.

His trouser leg was torn wide open from knee to foot.

Ống quần của anh ta bị rách toạc từ đầu gối đến bàn chân.

"How much did the other mug get paid?" asked the saloon man.

"Người kia được trả bao nhiêu?" Người chủ quán rượu hỏi.

"A hundred," the man replied, "he wouldn't take a cent less."

"Một trăm," người đàn ông đáp, "ông ấy sẽ không lấy ít hơn một xu."

"That comes to a hundred and fifty," the saloon man said.

"Tổng cộng là một trăm năm mươi", người bán hàng nói.

"And he's worth it all, or I'm no better than a blockhead."

"Và anh ấy xứng đáng với tất cả, nếu không thì tôi chẳng hơn gì một thằng ngốc."

The man opened the wrappings to examine his hand.

Người đàn ông mở lớp vải quấn để kiểm tra bàn tay của mình.

The hand was badly torn and crusted in dried blood.

Bàn tay bị rách rất nặng và dính đầy máu khô.

"If I don't get the hydrophobia…" he began to say.

"Nếu tôi không mắc chứng sợ nước…" anh bắt đầu nói.

"It'll be because you were born to hang," came a laugh.

"Đó là vì anh sinh ra là để treo cổ mà", một tiếng cười vang lên.

"Come help me out before you get going," he was asked.

"Hãy đến giúp tôi trước khi anh đi", anh ta được yêu cầu.

Buck was in a daze from the pain in his tongue and throat.

Buck đang choáng váng vì cơn đau ở lưỡi và cổ họng.

He was half-strangled, and could barely stand upright.

Anh ta bị siết cổ đến mức gần như không thể đứng thẳng được.

Still, Buck tried to face the men who had hurt him so.

Tuy nhiên, Buck vẫn cố gắng đối mặt với những kẻ đã làm anh tổn thương.

But they threw him down and choked him once again.

Nhưng họ lại vật anh xuống và bóp cổ anh thêm lần nữa.

Only then could they saw off his heavy brass collar.

Chỉ khi đó họ mới có thể cắt được chiếc vòng cổ bằng đồng nặng nề của anh ta.

They removed the rope and shoved him into a crate.

Họ tháo sợi dây thừng và nhét anh ta vào thùng.

The crate was small and shaped like a rough iron cage.

Chiếc thùng nhỏ và có hình dạng giống như một chiếc lồng sắt thô.

Buck lay there all night, filled with wrath and wounded pride.

Buck nằm đó suốt đêm, tràn ngập cơn thịnh nộ và lòng tự trọng bị tổn thương.

He could not begin to understand what was happening to him.

Anh không thể hiểu nổi chuyện gì đang xảy ra với mình.

Why were these strange men keeping him in this small crate?

Tại sao những người đàn ông lạ mặt này lại nhốt anh ta trong cái thùng nhỏ này?

What did they want with him, and why this cruel captivity?

Họ muốn gì ở ông và tại sao lại bắt ông làm tù binh tàn ác như thế này?

He felt a dark pressure; a sense of disaster drawing closer.

Anh cảm thấy một áp lực đen tối; một cảm giác thảm họa đang đến gần.

It was a vague fear, but it settled heavily on his spirit.

Đó là một nỗi sợ mơ hồ, nhưng nó lại ảnh hưởng nặng nề đến tinh thần anh.

Several times he jumped up when the shed door rattled.

Có nhiều lần anh ta giật mình khi cánh cửa nhà kho rung chuyển.

He expected the Judge or the boys to appear and rescue him.

Anh ta mong đợi Thẩm phán hoặc các chàng trai sẽ xuất hiện và giải cứu anh ta.

But only the saloon-keeper's fat face peeked inside each time.

Nhưng mỗi lần chỉ có khuôn mặt béo của người chủ quán rượu ló ra bên trong.

The man's face was lit by the dim glow of a tallow candle.

Khuôn mặt người đàn ông được chiếu sáng bởi ánh sáng mờ ảo của ngọn nến mỡ.

Each time, Buck's joyful bark changed to a low, angry growl.

Mỗi lần như vậy, tiếng sủa vui mừng của Buck lại chuyển thành tiếng gầm gừ giận dữ.

The saloon-keeper left him alone for the night in the crate
Người chủ quán rượu để anh ta một mình trong thùng qua đêm

But when he awoke in the morning more men were coming.
Nhưng khi anh thức dậy vào buổi sáng, nhiều người đàn ông khác đang đến.

Four men came and gingerly picked up the crate without a word.
Bốn người đàn ông đến và nhẹ nhàng nhấc chiếc thùng lên mà không nói một lời.

Buck knew at once the situation he found himself in.
Buck ngay lập tức nhận ra tình huống mình đang gặp phải.

They were further tormentors that he had to fight and fear.
Họ là những kẻ hành hạ mà anh phải chiến đấu và sợ hãi.

These men looked wicked, ragged, and very badly groomed.
Những người đàn ông này trông rất độc ác, rách rưới và ăn mặc rất tệ.

Buck snarled and lunged at them fiercely through the bars.
Buck gầm gừ và lao vào họ một cách dữ dội qua song sắt.

They just laughed and jabbed at him with long wooden sticks.
Họ chỉ cười và đâm anh ta bằng những thanh gỗ dài.

Buck bit at the sticks, then realized that was what they liked.
Buck cắn vào những chiếc que, rồi nhận ra đó chính là thứ chúng thích.

So he lay down quietly, sullen and burning with quiet rage.
Vì vậy, anh ta nằm xuống một cách lặng lẽ, buồn bã và bùng cháy vì cơn thịnh nộ âm thầm.

They lifted the crate into a wagon and drove away with him.
Họ nhấc chiếc thùng lên xe ngựa và lái đi cùng anh ta.

The crate, with Buck locked inside, changed hands often.
Chiếc thùng, nhốt Buck bên trong, thường xuyên đổi chủ.

Express office clerks took charge and handled him briefly.
Nhân viên văn phòng nhanh chóng tiếp quản và xử lý anh ta trong thời gian ngắn.

Then another wagon carried Buck across the noisy town.

Sau đó, một chiếc xe ngựa khác chở Buck băng qua thị trấn ồn ào.

A truck took him with boxes and parcels onto a ferry boat.

Một chiếc xe tải chở anh ta cùng các hộp và bưu kiện lên phà.

After crossing, the truck unloaded him at a rail depot.

Sau khi vượt qua, chiếc xe tải đã thả anh ta xuống tại một nhà ga xe lửa.

At last, Buck was placed inside a waiting express car.

Cuối cùng, Buck được đưa vào bên trong một toa tàu tốc hành đang chờ sẵn.

For two days and nights, trains pulled the express car away.

Trong hai ngày hai đêm, tàu hỏa đã kéo toa tàu tốc hành đi.

Buck neither ate nor drank during the whole painful journey.

Buck không ăn cũng không uống trong suốt chuyến đi đau đớn.

When the express messengers tried to approach him, he growled.

Khi những người đưa tin nhanh cố gắng tiếp cận anh ta, anh ta gầm gừ.

They responded by mocking him and teasing him cruelly.

Họ đáp lại bằng cách chế nhạo và trêu chọc anh một cách tàn nhẫn.

Buck threw himself at the bars, foaming and shaking

Buck lao vào song sắt, sùi bọt mép và run rẩy

they laughed loudly, and taunted him like schoolyard bullies.

Họ cười lớn và chế giễu anh như những kẻ bắt nạt ở trường.

They barked like fake dogs and flapped their arms.

Chúng sủa như chó giả và vỗ tay.

They even crowed like roosters just to upset him more.

Họ thậm chí còn gáy như gà trống chỉ để làm anh ta tức giận hơn.

It was foolish behavior, and Buck knew it was ridiculous.

Đó là hành vi ngu ngốc, và Buck biết điều đó thật nực cười.

But that only deepened his sense of outrage and shame.

Nhưng điều đó chỉ làm sâu sắc thêm cảm giác phẫn nộ và xấu hổ của anh.

He was not bothered much by hunger during the trip.
Trong suốt chuyến đi, anh ấy không hề bị đói.

But thirst brought sharp pain and unbearable suffering.
Nhưng cơn khát mang lại nỗi đau nhói và sự đau khổ không thể chịu đựng được.

His dry, inflamed throat and tongue burned with heat.
Cổ họng khô rát, sưng tấy và lưỡi nóng rát.

This pain fed the fever rising within his proud body.
Nỗi đau này làm tăng thêm cơn sốt đang dâng cao trong cơ thể kiêu hãnh của anh.

Buck was thankful for one single thing during this trial.
Buck chỉ biết ơn một điều duy nhất trong suốt phiên tòa này.

The rope had been removed from around his thick neck.
Sợi dây thừng đã được tháo ra khỏi chiếc cổ dày của hắn.

The rope had given those men an unfair and cruel advantage.
Sợi dây thừng đã mang lại cho những người đàn ông đó một lợi thế không công bằng và tàn nhẫn.

Now the rope was gone, and Buck swore it would never return.
Bây giờ sợi dây đã biến mất, và Buck thề rằng nó sẽ không bao giờ trở lại.

He resolved no rope would ever go around his neck again.
Anh quyết tâm sẽ không để sợi dây thừng nào quấn quanh cổ mình nữa.

For two long days and nights, he suffered without food.
Trong suốt hai ngày hai đêm dài, ông đã phải chịu đựng sự đau khổ vì không có thức ăn.

And in those hours, he built up an enormous rage inside.
Và trong những giờ phút đó, anh đã vô cùng tức giận.

His eyes turned bloodshot and wild from constant anger.
Đôi mắt anh ta đỏ ngầu và hoang dại vì tức giận liên tục.

He was no longer Buck, but a demon with snapping jaws.
Anh ta không còn là Buck nữa mà là một con quỷ với hàm răng sắc nhọn.

Even the Judge would not have known this mad creature.

Ngay cả Thẩm phán cũng không biết đến sinh vật điên rồ này.

The express messengers sighed in relief when they reached Seattle

Những người đưa tin nhanh thở phào nhẹ nhõm khi họ đến Seattle

Four men lifted the crate and brought it to a back yard.

Bốn người đàn ông nhấc chiếc thùng lên và mang ra sân sau.

The yard was small, surrounded by high and solid walls.

Sân nhỏ, được bao quanh bởi những bức tường cao và kiên cố.

A big man stepped out in a sagging red sweater shirt.

Một người đàn ông to lớn bước ra với chiếc áo len đỏ rộng thùng thình.

He signed the delivery book with a thick and bold hand.

Anh ta ký vào sổ giao hàng bằng nét chữ dày và đậm.

Buck sensed at once that this man was his next tormentor.

Buck ngay lập tức cảm thấy người đàn ông này chính là kẻ sẽ hành hạ mình tiếp theo.

He lunged violently at the bars, eyes red with fury.

Anh ta lao mạnh về phía song sắt, đôi mắt đỏ ngầu vì giận dữ.

The man just smiled darkly and went to fetch a hatchet.

Người đàn ông chỉ cười buồn rồi đi lấy rìu.

He also brought a club in his thick and strong right hand.

Ông ta cũng cầm một cây gậy bằng bàn tay phải to và khỏe của mình.

"You going to take him out now?" the driver asked, concerned.

"Anh định đưa anh ấy ra ngoài ngay bây giờ à?" Người lái xe hỏi với vẻ lo lắng.

"Sure," said the man, jamming the hatchet into the crate as a lever.

"Được thôi," người đàn ông nói, nhét chiếc rìu vào thùng làm đòn bẩy.

The four men scattered instantly, jumping up onto the yard wall.

Bốn người đàn ông lập tức tản ra và nhảy lên tường sân.

From their safe spots above, they waited to watch the
spectacle.

Từ nơi an toàn phía trên, họ chờ đợi để xem cảnh tượng này.

Buck lunged at the splintered wood, biting and shaking
fiercely.

Buck lao vào khúc gỗ vỡ vụn, cắn và run rẩy dữ dội.

Each time the hatchet hit the cage), Buck was there to attack
it.

Mỗi lần rìu đập vào lồng, Buck lại ở đó để tấn công nó.

He growled and snapped with wild rage, eager to be set free.

Anh ta gầm gừ và quát tháo một cách giận dữ, mong muốn
được giải thoát.

The man outside was calm and steady, intent on his task.

Người đàn ông bên ngoài vẫn bình tĩnh và vững vàng, tập
trung vào nhiệm vụ của mình.

"Right then, you red-eyed devil," he said when the hole was
large.

"Được rồi, đồ quỷ mắt đỏ," anh ta nói khi cái lỗ đã lớn.

He dropped the hatchet and took the club in his right hand.

Anh ta thả chiếc rìu xuống và cầm cây gậy bằng tay phải.

Buck truly looked like a devil; eyes bloodshot and blazing.

Buck thực sự trông giống như một con quỷ; đôi mắt đỏ ngầu
và rực lửa.

His coat bristled, foam frothed at his mouth, eyes glinting.

Bộ lông của nó dựng đứng, bọt sủi lên ở miệng, mắt sáng lên.

He bunched his muscles and sprang straight at the red
sweater.

Anh ta gồng cơ và lao thẳng tới chiếc áo len đỏ.

One hundred and forty pounds of fury flew at the calm man.

Một trăm bốn mươi pound giận dữ bay về phía người đàn ông
điềm tĩnh.

Just before his jaws clamped shut, a terrible blow struck
him.

Ngay trước khi hàm răng của anh ta khép chặt lại, một đòn
khủng khiếp đã giáng xuống anh ta.

His teeth snapped together on nothing but air

Răng của anh ta đập vào nhau chỉ vì không khí

a jolt of pain reverberated through his body

một cơn đau nhói lan tỏa khắp cơ thể anh

He flipped midair and crashed down on his back and side.

Anh ta lộn nhào giữa không trung rồi ngã ngửa và ngã nghiêng.

He had never before felt a club's blow and could not grasp it.

Trước đây anh chưa bao giờ cảm nhận được cú đánh của một cây gậy và cũng không thể nắm bắt được nó.

With a shrieking snarl, part bark, part scream, he leaped again.

Với tiếng gầm gừ, nửa là sủa, nửa là la hét, nó lại nhảy lên.

Another brutal strike hit him and hurled him to the ground.

Một cú đánh tàn bạo khác đánh trúng anh ta và hất anh ta ngã xuống đất.

This time Buck understood—it was the man's heavy club.

Lần này Buck đã hiểu - đó là cây dùi cui nặng nề của người đàn ông đó.

But rage blinded him, and he had no thought of retreat.

Nhưng cơn thịnh nộ đã làm anh ta mù quáng, và anh ta không hề nghĩ đến việc rút lui.

Twelve times he launched himself, and twelve times he fell.

Mười hai lần anh ấy lao mình xuống và mười hai lần anh ấy ngã.

The wooden club smashed him each time with ruthless, crushing force.

Mỗi lần như vậy, cây gậy gỗ lại đập anh ta một cách tàn nhẫn và mạnh mẽ.

After one fierce blow, he staggered to his feet, dazed and slow.

Sau một cú đánh dữ dội, anh ta loạng choạng đứng dậy, choáng váng và chậm chạp.

Blood ran from his mouth, his nose, and even his ears.

Máu chảy ra từ miệng, mũi và thậm chí cả tai của anh ta.

His once-beautiful coat was smeared with bloody foam.

Bộ lông vốn đẹp đẽ của nó giờ đây lấm lem bọt máu.

Then the man stepped up and struck a wicked blow to the nose.
Sau đó, người đàn ông bước tới và đấm một cú rất mạnh vào mũi.
The agony was sharper than anything Buck had ever felt.
Nỗi đau đớn này còn dữ dội hơn bất cứ điều gì Buck từng cảm thấy.
With a roar more beast than dog, he leaped again to attack.
Với tiếng gầm giống tiếng dã thú hơn tiếng chó, nó lại lao tới tấn công.
But the man caught his lower jaw and twisted it backward.
Nhưng người đàn ông đó nắm lấy hàm dưới của anh ta và vặn nó về phía sau.
Buck flipped head over heels, crashing down hard again.
Buck lộn nhào và lại ngã mạnh xuống đất.
One final time, Buck charged at him, now barely able to stand.
Lần cuối cùng, Buck lao vào anh, lúc này gần như không thể đứng vững được nữa.
The man struck with expert timing, delivering the final blow.
Người đàn ông này ra đòn với thời điểm chuẩn xác và tung ra đòn kết liễu.
Buck collapsed in a heap, unconscious and unmoving.
Buck ngã gục xuống, bất tỉnh và không cử động.
"He's no slouch at dog-breaking, that's what I say," a man yelled.
"Anh ta không phải là người chậm chạp trong việc huấn luyện chó, đó là những gì tôi muốn nói", một người đàn ông hét lên.
"Druther can break the will of a hound any day of the week."
"Druther có thể bẻ gãy ý chí của một con chó săn bất kỳ ngày nào trong tuần."
"And twice on a Sunday!" added the driver.
"Và hai lần vào Chủ Nhật!" người lái xe nói thêm.
He climbed into the wagon and cracked the reins to leave.
Anh ta trèo lên xe ngựa và giật dây cương để rời đi.

Buck slowly regained control of his consciousness
Buck từ từ lấy lại được sự kiểm soát của ý thức
but his body was still too weak and broken to move.
nhưng cơ thể anh vẫn còn quá yếu và không thể di chuyển.
He lay where he had fallen, watching the red-sweatered man.
Anh nằm tại nơi mình đã ngã, nhìn người đàn ông mặc áo len đỏ.
"He answers to the name of Buck," the man said, reading aloud.
"Anh ta mang tên Buck," người đàn ông đọc to và nói.
He quoted from the note sent with Buck's crate and details.
Ông trích dẫn từ tờ ghi chú gửi kèm với thùng hàng của Buck và các thông tin chi tiết.
"Well, Buck, my boy," the man continued with a friendly tone,
"Được rồi, Buck, con trai của ta," người đàn ông tiếp tục với giọng điệu thân thiện,
"we've had our little fight, and now it's over between us."
"Chúng ta đã có cuộc chiến nhỏ rồi, và bây giờ mọi chuyện đã kết thúc giữa chúng ta."
"You've learned your place, and I've learned mine," he added.
"Anh đã biết vị trí của mình, và tôi cũng đã biết vị trí của tôi", ông nói thêm.
"Be good, and all will go well, and life will be pleasant."
"Hãy tốt, mọi việc sẽ ổn và cuộc sống sẽ dễ chịu."
"But be bad, and I'll beat the stuffing out of you, understand?"
"Nhưng mà nếu mày hư, tao sẽ đánh cho mày tơi tả, hiểu chưa?"
As he spoke, he reached out and patted Buck's sore head.
Vừa nói, anh vừa đưa tay xoa đầu đau nhức của Buck.
Buck's hair rose at the man's touch, but he didn't resist.
Tóc Buck dựng đứng khi người đàn ông chạm vào, nhưng anh không kháng cự.

The man brought him water, which Buck drank in great gulps.
Người đàn ông mang nước đến cho Buck và Buck uống một hơi thật sâu.

Then came raw meat, which Buck devoured chunk by chunk.
Sau đó đến lượt thịt sống, Buck đã ăn ngấu nghiến từng miếng một.

He knew he was beaten, but he also knew he wasn't broken.
Anh biết mình đã bị đánh bại, nhưng anh cũng biết mình chưa bị tan vỡ.

He had no chance against a man armed with a club.
Anh ta không có cơ hội chống lại một người đàn ông cầm dùi cui.

He had learned the truth, and he never forgot that lesson.
Ông đã học được sự thật và không bao giờ quên bài học đó.

That weapon was the beginning of law in Buck's new world.
Vũ khí đó chính là sự khởi đầu của luật pháp trong thế giới mới của Buck.

It was the start of a harsh, primitive order he could not deny.
Đó là sự khởi đầu của một trật tự nguyên thủy, khắc nghiệt mà ông không thể phủ nhận.

He accepted the truth; his wild instincts were now awake.
Anh chấp nhận sự thật; bản năng hoang dã của anh giờ đã thức tỉnh.

The world had grown harsher, but Buck faced it bravely.
Thế giới ngày càng khắc nghiệt hơn, nhưng Buck vẫn dũng cảm đối mặt với nó.

He met life with new caution, cunning, and quiet strength.
Ông đón nhận cuộc sống bằng sự thận trọng, khôn ngoan và sức mạnh thầm lặng mới.

More dogs arrived, tied in ropes or crates like Buck had been.
Thêm nhiều con chó khác cũng bị trói bằng dây thừng hoặc bị nhốt trong thùng giống như Buck.

Some dogs came calmly, others raged and fought like wild beasts.

Một số con chó đến một cách bình tĩnh, những con khác thì nổi giận và chiến đấu như thú dữ.

All of them were brought under the rule of the red-sweatered man.

Tất cả bọn họ đều nằm dưới sự cai trị của người đàn ông mặc áo len đỏ.

Each time, Buck watched and saw the same lesson unfold.

Mỗi lần, Buck đều theo dõi và chứng kiến cùng một bài học diễn ra.

The man with the club was law; a master to be obeyed.

Người đàn ông cầm dùi cui chính là luật pháp; một người chủ mà mọi người phải tuân theo.

He did not need to be liked, but he had to be obeyed.

Ông không cần được yêu mến, nhưng ông phải được tuân theo.

Buck never fawned or wagged like the weaker dogs did.

Buck không bao giờ nịnh hót hay vẫy đuôi như những con chó yếu hơn.

He saw dogs that were beaten and still licked the man's hand.

Ông nhìn thấy những con chó bị đánh đập nhưng vẫn liếm tay người đàn ông.

He saw one dog who would not obey or submit at all.

Ông nhìn thấy một con chó không chịu vâng lời hay phục tùng chút nào.

That dog fought until he was killed in the battle for control.

Con chó đó đã chiến đấu cho đến khi bị giết trong trận chiến giành quyền kiểm soát.

Strangers would sometimes come to see the red-sweatered man.

Đôi khi có người lạ đến xem người đàn ông mặc áo len đỏ.

They spoke in strange tones, pleading, bargaining, and laughing.

Họ nói chuyện bằng giọng lạ, van xin, mặc cả và cười đùa.

When money was exchanged, they left with one or more dogs.

Khi trao đổi tiền, họ rời đi cùng một hoặc nhiều con chó.

Buck wondered where these dogs went, for none ever returned.

Buck tự hỏi những con chó này đã đi đâu, vì không có con nào quay trở lại.

fear of the unknown filled Buck every time a strange man came

nỗi sợ hãi về điều chưa biết tràn ngập Buck mỗi khi một người đàn ông lạ đến

he was glad each time another dog was taken, rather than himself.

anh ấy vui mừng mỗi lần có một con chó khác được bắt đi, thay vì chính mình.

But finally, Buck's turn came with the arrival of a strange man.

Nhưng cuối cùng, đến lượt Buck khi một người đàn ông lạ mặt xuất hiện.

He was small, wiry, and spoke in broken English and curses.

Ông ta nhỏ con, gầy gò, nói tiếng Anh không chuẩn và hay chửi thề.

"Sacredam!" he yelled when he laid eyes on Buck's frame.

"Sacredam!" anh ta hét lên khi nhìn thấy khung xương của Buck.

"That's one damn bully dog! Eh? How much?" he asked aloud.

"Đó là một con chó bắt nạt chết tiệt! Hả? Bao nhiêu vậy?" anh ta hỏi lớn.

"Three hundred, and he's a present at that price,"

"Ba trăm, và anh ấy là một món quà với mức giá đó,"

"Since it's government money, you shouldn't complain, Perrault."

"Vì đó là tiền của chính phủ, anh không nên phàn nàn, Perrault."

Perrault grinned at the deal he had just made with the man.

Perrault cười toe toét trước thỏa thuận mà anh vừa thực hiện với người đàn ông đó.

The price of dogs had soared due to the sudden demand.

Giá chó tăng vọt do nhu cầu tăng đột ngột.

Three hundred dollars wasn't unfair for such a fine beast.
Ba trăm đô la không phải là số tiền quá đắt đối với một con vật tuyệt vời như vậy.

The Canadian Government would not lose anything in the deal
Chính phủ Canada sẽ không mất gì trong thỏa thuận này

Nor would their official dispatches be delayed in transit.
Và các công văn chính thức của họ cũng không bị chậm trễ trong quá trình vận chuyển.

Perrault knew dogs well, and could see Buck was something rare.
Perrault hiểu rõ về loài chó và có thể thấy Buck là một giống chó hiếm có.

"One in ten ten-thousand," he thought, as he studied Buck's build.
"Một trong mười vạn," anh nghĩ khi quan sát vóc dáng của Buck.

Buck saw the money change hands, but showed no surprise.
Buck nhìn thấy tiền được trao tay nhưng không tỏ ra ngạc nhiên.

Soon he and Curly, a gentle Newfoundland, were led away.
Chẳng bao lâu sau, anh ta và Xoăn, một chú chó Newfoundland hiền lành, đã bị dẫn đi.

They followed the little man from the red sweater's yard.
Họ đi theo người đàn ông nhỏ bé từ sân nhà chiếc áo len đỏ.

That was the last Buck ever saw of the man with the wooden club.
Đó là lần cuối cùng Buck nhìn thấy người đàn ông cầm dùi cui gỗ.

From the Narwhal's deck he watched Seattle fade into the distance.
Từ boong tàu Narwhal, ông nhìn thành phố Seattle mờ dần ở phía xa.

It was also the last time he ever saw the warm Southland.
Đó cũng là lần cuối cùng ông nhìn thấy miền Nam ấm áp.

Perrault took them below deck, and left them with François.
Perrault đưa họ xuống boong tàu và để lại cho François.

François was a black-faced giant with rough, calloused hands.

François là một gã khổng lồ có khuôn mặt đen và đôi bàn tay thô ráp, chai sạn.

He was dark and swarthy; a half-breed French-Canadian.

Anh ta có làn da ngăm đen; mang trong mình dòng máu lai Pháp-Canada.

To Buck, these men were of a kind he had never seen before.

Với Buck, những người đàn ông này là loại người mà anh chưa từng gặp trước đây.

He would come to know many such men in the days ahead.

Trong những ngày tiếp theo, ông sẽ gặp nhiều người như vậy.

He did not grow fond of them, but he came to respect them.

Ông không thích họ nhưng lại tỏ ra tôn trọng họ.

They were fair and wise, and not easily fooled by any dog.

Họ công bằng và khôn ngoan, không dễ bị lừa bởi bất kỳ con chó nào.

They judged dogs calmly, and punished only when deserved.

Họ bình tĩnh phán đoán những chú chó và chỉ trừng phạt khi chúng đáng bị trừng phạt.

In the Narwhal's lower deck, Buck and Curly met two dogs.

Ở tầng dưới của Narwhal, Buck và Xoăn gặp hai chú chó.

One was a large white dog from far-off, icy Spitzbergen.

Một con là một con chó trắng lớn đến từ vùng Spitzbergen băng giá xa xôi.

He'd once sailed with a whaler and joined a survey group.

Ông đã từng đi thuyền cùng một tàu săn cá voi và tham gia một nhóm khảo sát.

He was friendly in a sly, underhanded and crafty fashion.

Ông ta thân thiện theo một cách ranh mãnh, lén lút và gian xảo.

At their first meal, he stole a piece of meat from Buck's pan.

Trong bữa ăn đầu tiên, anh ta đã lấy trộm một miếng thịt từ chảo của Buck.

Buck jumped to punish him, but François's whip struck first.

Buck nhảy tới định trừng phạt anh ta, nhưng roi của François đã đánh trước.

The white thief yelped, and Buck reclaimed the stolen bone.

Tên trộm da trắng hét lên và Buck đòi lại khúc xương đã đánh cắp.

That fairness impressed Buck, and François earned his respect.

Sự công bằng đó đã gây ấn tượng với Buck và François đã giành được sự tôn trọng của anh.

The other dog gave no greeting, and wanted none in return.

Con chó kia không chào hỏi và cũng không muốn chào lại.

He didn't steal food, nor sniff at the new arrivals with interest.

Cậu bé không ăn trộm thức ăn, cũng không thích thú ngửi những con vật mới đến.

This dog was grim and quiet, gloomy and slow-moving.

Con chó này có vẻ mặt nghiêm nghị và im lặng, u ám và di chuyển chậm chạp.

He warned Curly to stay away by simply glaring at her.

Anh ta cảnh báo Xoăn tránh xa bằng cách trừng mắt nhìn cô.

His message was clear; leave me alone or there'll be trouble.

Thông điệp của anh ấy rất rõ ràng: hãy để tôi yên nếu không sẽ xảy ra rắc rối.

He was called Dave, and he barely noticed his surroundings.

Anh ấy tên là Dave và anh ấy hầu như không để ý đến xung quanh.

He slept often, ate quietly, and yawned now and again.

Ông ngủ thường xuyên, ăn một cách lặng lẽ và thỉnh thoảng ngáp.

The ship hummed constantly with the beating propeller below.

Con tàu liên tục kêu ầm ầm với tiếng chân vịt đập mạnh bên dưới.

Days passed with little change, but the weather got colder.

Nhiều ngày trôi qua mà không có nhiều thay đổi, nhưng thời tiết ngày càng lạnh hơn.

Buck could feel it in his bones, and noticed the others did too.

Buck có thể cảm nhận điều đó trong xương tủy mình, và nhận thấy những người khác cũng vậy.

Then one morning, the propeller stopped and all was still.

Rồi một buổi sáng, cánh quạt dừng lại và mọi thứ trở nên tĩnh lặng.

An energy swept through the ship; something had changed.

Một luồng năng lượng tràn ngập khắp con tàu; có điều gì đó đã thay đổi.

François came down, clipped them on leashes, and brought them up.

François đi xuống, móc dây xích cho chúng và dắt chúng lên.

Buck stepped out and found the ground soft, white, and cold.

Buck bước ra ngoài và thấy mặt đất mềm, trắng và lạnh.

He jumped back in alarm and snorted in total confusion.

Anh ta giật mình lùi lại và khịt mũi vì hoàn toàn bối rối.

Strange white stuff was falling from the gray sky.

Những vật thể màu trắng lạ rơi xuống từ bầu trời xám xịt.

He shook himself, but the white flakes kept landing on him.

Anh ta lắc mình nhưng những bông tuyết trắng vẫn tiếp tục rơi xuống người anh.

He sniffed the white stuff carefully and licked at a few icy bits.

Anh ta hít cẩn thận thứ chất lỏng màu trắng đó và liếm một vài viên đá.

The powder burned like fire, then vanished right off his tongue.

Bột cháy như lửa rồi biến mất ngay trên lưỡi anh ta.

Buck tried again, puzzled by the odd vanishing coldness.

Buck thử lại lần nữa, cảm thấy bối rối vì sự lạnh lẽo đột nhiên biến mất.

The men around him laughed, and Buck felt embarrassed.

Những người đàn ông xung quanh anh cười, và Buck cảm thấy xấu hổ.

He didn't know why, but he was ashamed of his reaction.

Anh không biết tại sao nhưng anh cảm thấy xấu hổ vì phản ứng của mình.

It was his first experience with snow, and it confused him.

Đây là lần đầu tiên cậu bé tiếp xúc với tuyết và nó khiến cậu bé bối rối.

The Law of Club and Fang
Luật Côn và Nanh

Buck's first day on the Dyea beach felt like a terrible nightmare.

Ngày đầu tiên của Buck trên bãi biển Dyea giống như một cơn ác mộng kinh hoàng.

Each hour brought new shocks and unexpected changes for Buck.

Mỗi giờ lại mang đến cho Buck những cú sốc mới và những thay đổi bất ngờ.

He had been pulled from civilization and thrown into wild chaos.

Anh ta đã bị kéo khỏi nền văn minh và bị ném vào cảnh hỗn loạn tột độ.

This was no sunny, lazy life with boredom and rest.

Đây không phải là cuộc sống vui vẻ, lười biếng với sự buồn chán và nghỉ ngơi.

There was no peace, no rest, and no moment without danger.

Không có sự bình yên, không có sự nghỉ ngơi, và không có khoảnh khắc nào không có nguy hiểm.

Confusion ruled everything, and danger was always close.

Sự hỗn loạn bao trùm mọi thứ và nguy hiểm luôn rình rập.

Buck had to stay alert because these men and dogs were different.

Buck phải luôn cảnh giác vì những người đàn ông và những con chó này rất khác nhau.

They were not from towns; they were wild and without mercy.

Họ không phải là người thị trấn; họ hoang dã và không có lòng thương xót.

These men and dogs only knew the law of club and fang.

Những người đàn ông và chó này chỉ biết luật của dùi cui và nanh vuốt.

Buck had never seen dogs fight like these savage huskies.

Buck chưa bao giờ thấy những con chó chiến đấu như những con chó husky hung dữ này.

His first experience taught him a lesson he would never forget.

Trải nghiệm đầu tiên đã dạy cho anh một bài học mà anh sẽ không bao giờ quên.

He was lucky it was not him, or he would have died too.

May mắn thay đó không phải là anh, nếu không anh cũng sẽ chết.

Curly was the one who suffered while Buck watched and learned.

Xoăn là người phải chịu đau khổ trong khi Buck chỉ quan sát và học hỏi.

They had made camp near a store built from logs.

Họ đã dựng trại gần một cửa hàng được dựng từ những khúc gỗ.

Curly tried to be friendly to a large, wolf-like husky.

Xoăn cố gắng tỏ ra thân thiện với một chú chó husky to lớn trông giống sói.

The husky was smaller than Curly, but looked wild and mean.

Con chó husky này nhỏ hơn Xoăn nhưng trông có vẻ hoang dã và hung dữ.

Without warning, he jumped and slashed her face open.

Không báo trước, anh ta nhảy tới và chém vào mặt cô.

His teeth cut from her eye down to her jaw in one move.

Răng của hắn cắt từ mắt xuống hàm cô chỉ bằng một động tác.

This was how wolves fought—hit fast and jump away.

Đây là cách loài sói chiến đấu - đánh nhanh và nhảy ra xa.

But there was more to learn than from that one attack.

Nhưng vẫn còn nhiều điều đáng học hơn từ cuộc tấn công đó.

Dozens of huskies rushed in and made a silent circle.

Hàng chục chú chó husky lao vào và tạo thành một vòng tròn im lặng.

They watched closely and licked their lips with hunger.

Họ quan sát kỹ lưỡng và liếm môi vì đói.

Buck didn't understand their silence or their eager eyes.

Buck không hiểu được sự im lặng hay ánh mắt háo hức của họ.

Curly rushed to attack the husky a second time.
Xoăn lao tới tấn công con husky lần thứ hai.
He used his chest to knock her over with a strong move.
Anh ta dùng ngực đẩy cô ngã xuống bằng một động tác mạnh mẽ.
She fell on her side and could not get back up.
Cô ấy ngã nghiêng và không thể đứng dậy được.
That was what the others had been waiting for all along.
Đó chính là điều mà những người khác đã chờ đợi bấy lâu nay.
The huskies jumped on her, yelping and snarling in a frenzy.
Lũ chó Husky nhảy lên người cô, sủa inh ỏi và gầm gừ một cách điên cuồng.
She screamed as they buried her under a pile of dogs.
Cô ấy hét lên khi họ chôn cô ấy dưới một đống chó.
The attack was so fast that Buck froze in place with shock.
Cuộc tấn công diễn ra quá nhanh khiến Buck bị sốc và đứng im tại chỗ.
He saw Spitz stick out his tongue in a way that looked like a laugh.
Anh ta thấy Spitz thè lưỡi ra trông giống như đang cười.
François grabbed an axe and ran straight into the group of dogs.
François cầm lấy một chiếc rìu và chạy thẳng vào đàn chó.
Three other men used clubs to help beat the huskies away.
Ba người đàn ông khác dùng dùi cui để giúp đuổi những chú chó husky đi.
In just two minutes, the fight was over and the dogs were gone.
Chỉ trong vòng hai phút, cuộc chiến đã kết thúc và những con chó đã biến mất.
Curly lay dead in the red, trampled snow, her body torn apart.
Xoăn nằm chết trên đống tuyết đỏ bị giẫm đạp, cơ thể bị xé nát.

A dark-skinned man stood over her, cursing the brutal scene.

Một người đàn ông da ngăm đen đứng bên cạnh cô, nguyền rủa cảnh tượng tàn khốc này.

The memory stayed with Buck and haunted his dreams at night.

Ký ức đó vẫn ám ảnh Buck và ám ảnh giấc mơ của cậu vào ban đêm.

That was the way here; no fairness, no second chance.

Ở đây chính là như vậy; không có sự công bằng, không có cơ hội thứ hai.

Once a dog fell, the others would kill without mercy.

Một khi một con chó ngã xuống, những con khác sẽ giết không thương tiếc.

Buck decided then that he would never allow himself to fall.

Buck lúc đó quyết định rằng anh sẽ không bao giờ cho phép mình ngã nữa.

Spitz stuck out his tongue again and laughed at the blood.

Spitz lại thè lưỡi ra và cười nhạo máu.

From that moment on, Buck hated Spitz with all his heart.

Từ khoảnh khắc đó trở đi, Buck căm ghét Spitz hết mực.

Before Buck could recover from Curly's death, something new happened.

Trước khi Buck kịp hồi phục sau cái chết của Xoăn, một điều mới đã xảy ra.

François came over and strapped something around Buck's body.

François tiến lại gần và buộc thứ gì đó quanh người Buck.

It was a harness like the ones used on horses at the ranch.

Đó là một loại dây cương giống như loại dùng cho ngựa ở trang trại.

As Buck had seen horses work, now he was made to work too.

Giống như Buck đã từng thấy ngựa làm việc, giờ đây nó cũng phải làm việc.

He had to pull François on a sled into the forest nearby.

Anh ta phải kéo François trên xe trượt tuyết vào khu rừng gần đó.

Then he had to pull back a load of heavy firewood.

Sau đó, anh ta phải kéo về một đống củi nặng.

Buck was proud, so it hurt him to be treated like a work animal.

Buck rất kiêu hãnh nên cảm thấy tổn thương khi bị đối xử như một con vật làm việc.

But he was wise and didn't try to fight the new situation.

Nhưng ông rất khôn ngoan và không cố gắng chống lại tình hình mới.

He accepted his new life and gave his best in every task.

Ông chấp nhận cuộc sống mới và cố gắng hết sức trong mọi nhiệm vụ.

Everything about the work was strange and unfamiliar to him.

Mọi thứ trong công việc đều lạ lẫm và xa lạ với anh.

François was strict and demanded obedience without delay.

François rất nghiêm khắc và yêu cầu phải tuân thủ ngay lập tức.

His whip made sure that every command was followed at once.

Chiếc roi của ông đảm bảo rằng mọi mệnh lệnh đều được tuân theo cùng một lúc.

Dave was the wheeler, the dog nearest the sled behind Buck.

Dave là người lái xe, là chú chó ở gần xe trượt tuyết nhất, phía sau Buck.

Dave bit Buck on the back legs if he made a mistake.

Dave sẽ cắn vào chân sau của Buck nếu nó phạm lỗi.

Spitz was the lead dog, skilled and experienced in the role.

Spitz là chú chó dẫn đầu, có kỹ năng và kinh nghiệm trong vai trò này.

Spitz could not reach Buck easily, but still corrected him.

Spitz không thể dễ dàng tiếp cận Buck, nhưng vẫn chỉnh đốn anh ta.

He growled harshly or pulled the sled in ways that taught Buck.

Anh ta gầm gừ dữ dội hoặc kéo xe trượt tuyết theo cách mà Buck học được.

Under this training, Buck learned faster than any of them expected.

Nhờ sự đào tạo này, Buck đã học nhanh hơn bất kỳ ai mong đợi.

He worked hard and learned from both François and the other dogs.

Anh ấy đã làm việc chăm chỉ và học hỏi từ cả François và những chú chó khác.

By the time they returned, Buck already knew the key commands.

Khi họ quay lại, Buck đã biết các lệnh chính.

He learned to stop at the sound of "ho" from François.

Anh ấy học cách dừng lại khi nghe thấy tiếng "ho" của François.

He learned when he had to pull the sled and run.

Anh ấy đã học được cách khi nào thì phải kéo xe trượt tuyết và khi nào thì chạy.

He learned to turn wide at bends in the trail without trouble.

Anh ấy đã học được cách rẽ rộng ở những khúc cua trên đường mòn mà không gặp khó khăn gì.

He also learned to avoid Dave when the sled went downhill fast.

Cậu cũng học cách tránh Dave khi xe trượt tuyết lao xuống dốc nhanh.

"They're very good dogs," François proudly told Perrault.

"Chúng là những chú chó rất giỏi," François tự hào nói với Perrault.

"That Buck pulls like hell—I teach him quick as anything."

"Con Buck đó kéo ghê quá—tôi dạy nó nhanh lắm."

Later that day, Perrault came back with two more husky dogs.

Cùng ngày hôm đó, Perrault quay lại với hai chú chó husky nữa.

Their names were Billee and Joe, and they were brothers.

Tên họ là Billee và Joe, và họ là anh em.

They came from the same mother, but were not alike at all.

Chúng cùng một mẹ nhưng lại không giống nhau chút nào.

Billee was sweet-natured and too friendly with everyone.

Billee có tính tình ngọt ngào và thân thiện với mọi người.

Joe was the opposite—quiet, angry, and always snarling.

Joe thì ngược lại—im lặng, tức giận và luôn gầm gừ.

Buck greeted them in a friendly way and was calm with both.

Buck chào đón họ một cách thân thiện và tỏ ra bình tĩnh với cả hai.

Dave paid no attention to them and stayed silent as usual.

Dave không để ý đến họ và vẫn im lặng như thường lệ.

Spitz attacked first Billee, then Joe, to show his dominance.

Spitz tấn công đầu tiên vào Billee, sau đó là Joe để chứng tỏ sự thống trị của mình.

Billee wagged his tail and tried to be friendly to Spitz.

Billee vẫy đuôi và cố gắng tỏ ra thân thiện với Spitz.

When that didn't work, he tried to run away instead.

Khi cách đó không hiệu quả, anh ta lại cố gắng bỏ chạy.

He cried sadly when Spitz bit him hard on the side.

Anh ấy khóc một cách buồn bã khi Spitz cắn anh ấy một cú mạnh vào hông.

But Joe was very different and refused to be bullied.

Nhưng Joe thì rất khác biệt và không chịu bị bắt nạt.

Every time Spitz came near, Joe spun to face him fast.

Mỗi lần Spitz đến gần, Joe lại nhanh chóng quay người lại để đối mặt với anh ta.

His fur bristled, his lips curled, and his teeth snapped wildly.

Lông của nó dựng đứng, môi cong lên và răng cắn lập cập dữ dội.

Joe's eyes gleamed with fear and rage, daring Spitz to strike.

Đôi mắt của Joe sáng lên vì sợ hãi và giận dữ, thách thức Spitz ra tay.

Spitz gave up the fight and turned away, humiliated and angry.

Spitz bỏ cuộc chiến và quay đi, cảm thấy nhục nhã và tức giận.

He took out his frustration on poor Billee and chased him away.

Anh ta trút cơn tức giận của mình lên Billee tội nghiệp và đuổi anh ta đi.

That evening, Perrault added one more dog to the team.

Tối hôm đó, Perrault đã đưa thêm một chú chó nữa vào đội.

This dog was old, lean, and covered in battle scars.

Con chó này già, gầy và đầy vết sẹo do chiến đấu.

One of his eyes was missing, but the other flashed with power.

Một bên mắt của anh ta bị mất, nhưng bên mắt còn lại thì sáng ngời đầy sức mạnh.

The new dog's name was Solleks, which meant the Angry One.

Tên của chú chó mới là Solleks, có nghĩa là Kẻ tức giận.

Like Dave, Solleks asked nothing from others, and gave nothing back.

Giống như Dave, Solleks không yêu cầu bất cứ điều gì từ người khác và cũng không đáp lại bất cứ điều gì.

When Solleks walked slowly into camp, even Spitz stayed away.

Khi Solleks từ từ bước vào trại, ngay cả Spitz cũng tránh xa.

He had a strange habit that Buck was unlucky to discover.

Anh ta có một thói quen kỳ lạ mà Buck không may phát hiện ra.

Solleks hated being approached on the side where he was blind.

Solleks ghét bị tiếp cận ở phía mà anh không nhìn thấy.

Buck did not know this and made that mistake by accident.

Buck không biết điều này và đã vô tình mắc phải lỗi đó.

Solleks spun around and slashed Buck's shoulder deep and fast.

Solleks quay lại và chém một nhát sâu và nhanh vào vai Buck.

From that moment on, Buck never came near Solleks' blind side.

Từ khoảnh khắc đó trở đi, Buck không bao giờ đến gần điểm mù của Solleks nữa.

They never had trouble again for the rest of their time together.

Họ không bao giờ gặp rắc rối nữa trong suốt thời gian còn lại bên nhau.

Solleks wanted only to be left alone, like quiet Dave.

Solleks chỉ muốn được ở một mình, giống như Dave trầm tính vậy.

But Buck would later learn they each had another secret goal.

Nhưng sau đó Buck biết rằng mỗi người đều có một mục tiêu bí mật khác.

That night Buck faced a new and troubling challenge—how to sleep.

Đêm đó Buck phải đối mặt với một thử thách mới và khó khăn—làm sao để ngủ.

The tent glowed warmly with candlelight in the snowy field.

Căn lều ấm áp nhờ ánh nến giữa cánh đồng tuyết.

Buck walked inside, thinking he could rest there like before.

Buck bước vào trong, nghĩ rằng mình có thể nghỉ ngơi ở đó như trước.

But Perrault and François yelled at him and threw pans.

Nhưng Perrault và François đã hét vào mặt anh ta và ném chảo.

Shocked and confused, Buck ran out into the freezing cold.

Quá sốc và bối rối, Buck chạy ra ngoài trời lạnh cóng.

A bitter wind stung his wounded shoulder and froze his paws.

Một cơn gió buốt nhói vào vai bị thương và làm tê cóng bàn chân của anh.

He lay down in the snow and tried to sleep out in the open.

Anh nằm xuống tuyết và cố gắng ngủ ngoài trời.

But the cold soon forced him to get back up, shaking badly.

Nhưng cái lạnh nhanh chóng buộc anh phải đứng dậy, run rẩy dữ dội.

He wandered through the camp, trying to find a warmer spot.

Anh ta lang thang khắp trại, cố gắng tìm một nơi ấm áp hơn.

But every corner was just as cold as the one before.

Nhưng mọi góc đều lạnh lẽo như trước.

Sometimes savage dogs jumped at him from the darkness.

Thỉnh thoảng, những con chó dữ từ trong bóng tối nhảy xổ vào anh.

Buck bristled his fur, bared his teeth, and snarled with warning.

Buck dựng lông, nhe răng và gầm gừ cảnh cáo.

He was learning fast, and the other dogs backed off quickly.

Chú chó này học rất nhanh, còn những chú chó khác thì nhanh chóng lùi lại.

Still, he had no place to sleep, and no idea what to do.

Tuy nhiên, anh vẫn không có nơi nào để ngủ và không biết phải làm gì.

At last, a thought came to him—check on his team-mates.

Cuối cùng, một ý nghĩ lóe lên trong đầu anh - kiểm tra đồng đội của mình.

He returned to their area and was surprised to find them gone.

Anh ta quay lại khu vực của họ và ngạc nhiên khi thấy họ đã biến mất.

Again he searched the camp, but still could not find them.

Anh lại tìm kiếm khắp trại nhưng vẫn không tìm thấy họ.

He knew they could not be in the tent, or he would be too.

Anh biết họ không thể vào trong lều, nếu không anh cũng sẽ vào.

So where had all the dogs gone in this frozen camp?

Vậy thì tất cả những chú chó đã đi đâu trong trại đông lạnh này?

Buck, cold and miserable, slowly circled around the tent.

Buck, lạnh cóng và đau khổ, từ từ đi vòng quanh lều.

Suddenly, his front legs sank into soft snow and startled him.

Đột nhiên, chân trước của nó lún vào lớp tuyết mềm khiến nó giật mình.

Something wriggled under his feet, and he jumped back in fear.

Có thứ gì đó ngọ nguậy dưới chân anh, và anh sợ hãi nhảy lùi lại.

He growled and snarled, not knowing what lay beneath the snow.

Anh ta gầm gừ và gầm gừ, không biết có gì bên dưới lớp tuyết.

Then he heard a friendly little bark that eased his fear.

Sau đó, anh nghe thấy tiếng sủa nhỏ thân thiện làm dịu đi nỗi sợ hãi của anh.

He sniffed the air and came closer to see what was hidden.

Anh ta hít không khí và tiến lại gần hơn để xem thứ gì đang ẩn giấu.

Under the snow, curled into a warm ball, was little Billee.

Dưới tuyết, cuộn tròn như một quả bóng ấm áp, là Billee bé nhỏ.

Billee wagged his tail and licked Buck's face to greet him.

Billee vẫy đuôi và liếm mặt Buck để chào đón nó.

Buck saw how Billee had made a sleeping place in the snow.

Buck nhìn thấy Billee đã tạo ra một nơi ngủ trong tuyết.

He had dug down and used his own heat to stay warm.

Anh ta đã đào sâu xuống và dùng nhiệt của mình để giữ ấm.

Buck had learned another lesson—this was how the dogs slept.

Buck đã học được một bài học khác - đây chính là cách loài chó ngủ.

He picked a spot and started digging his own hole in the snow.

Anh ta chọn một chỗ và bắt đầu đào một cái hố cho mình trong tuyết.

At first, he moved around too much and wasted energy.

Lúc đầu, anh ấy di chuyển quá nhiều và lãng phí năng lượng.

But soon his body warmed the space, and he felt safe.

Nhưng cơ thể anh nhanh chóng làm ấm không gian đó và anh cảm thấy an toàn.

He curled up tightly, and before long he was fast asleep.

Anh cuộn mình thật chặt, và chẳng mấy chốc đã chìm vào giấc ngủ.

The day had been long and hard, and Buck was exhausted.

Một ngày dài và vất vả, và Buck đã kiệt sức.

He slept deeply and comfortably, though his dreams were wild.

Anh ngủ rất sâu và thoải mái, mặc dù giấc mơ của anh rất hoang dã.

He growled and barked in his sleep, twisting as he dreamed.

Anh ta gầm gừ và sủa trong lúc ngủ, vặn vẹo như đang mơ.

Buck didn't wake up until the camp was already coming to life.

Buck không thức dậy cho đến khi trại đã bắt đầu hoạt động.

At first, he didn't know where he was or what had happened.

Lúc đầu, anh không biết mình đang ở đâu và chuyện gì đã xảy ra.

Snow had fallen overnight and completely buried his body.

Tuyết rơi suốt đêm và chôn vùi hoàn toàn cơ thể anh.

The snow pressed in around him, tight on all sides.

Tuyết dày đặc xung quanh anh, chặt chẽ ở mọi phía.

Suddenly a wave of fear rushed through Buck's entire body.

Đột nhiên một làn sóng sợ hãi chạy khắp cơ thể Buck.

It was the fear of being trapped, a fear from deep instincts.

Đó là nỗi sợ bị mắc kẹt, nỗi sợ xuất phát từ bản năng sâu xa.

Though he had never seen a trap, the fear lived inside him.

Mặc dù chưa từng nhìn thấy bẫy nhưng nỗi sợ hãi vẫn hiện hữu bên trong anh.

He was a tame dog, but now his old wild instincts were waking.

Anh ta là một chú chó ngoan ngoãn, nhưng giờ đây bản năng hoang dã của anh ta đang thức tỉnh.

Buck's muscles tensed, and his fur stood up all over his back.

Cơ bắp của Buck căng cứng, và lông trên lưng nó dựng đứng.

He snarled fiercely and sprang straight up through the snow.

Anh ta gầm gừ dữ dội và nhảy thẳng lên khỏi tuyết.

Snow flew in every direction as he burst into the daylight.

Tuyết bay tứ tung khắp nơi khi anh ta lao vào ánh sáng ban ngày.

Even before landing, Buck saw the camp spread out before him.

Ngay cả trước khi đổ bộ, Buck đã nhìn thấy trại lính trải rộng trước mắt.

He remembered everything from the day before, all at once.

Anh ấy nhớ lại mọi chuyện của ngày hôm trước cùng một lúc.

He remembered strolling with Manuel and ending up in this place.

Anh nhớ đã đi dạo cùng Manuel và dừng chân ở nơi này.

He remembered digging the hole and falling asleep in the cold.

Ông nhớ mình đã đào một cái hố và ngủ quên trong giá lạnh.

Now he was awake, and the wild world around him was clear.

Bây giờ anh đã tỉnh và thế giới hoang dã xung quanh anh đã trở nên rõ ràng.

A shout from François hailed Buck's sudden appearance.

François hét lớn chào đón sự xuất hiện đột ngột của Buck.

"What did I say?" the dog-driver cried loudly to Perrault.

"Tôi đã nói gì cơ?" Người đánh xe chó hét lớn với Perrault.

"That Buck for sure learns quick as anything," François added.

François nói thêm: "Chắc chắn Buck học rất nhanh".

Perrault nodded gravely, clearly pleased with the result.

Perrault gật đầu nghiêm túc, rõ ràng là hài lòng với kết quả.

As a courier for the Canadian Government, he carried dispatches.

Với tư cách là người chuyển phát nhanh cho Chính phủ Canada, ông phụ trách chuyển phát công văn.

He was eager to find the best dogs for his important mission.

Ông háo hức tìm những chú chó tốt nhất cho nhiệm vụ quan trọng của mình.

He felt especially pleased now that Buck was part of the team.

Anh cảm thấy đặc biệt vui mừng khi Buck đã trở thành thành viên của đội.

Three more huskies were added to the team within an hour.

Ba chú chó husky nữa được thêm vào đội trong vòng một giờ.

That brought the total number of dogs on the team to nine.

Như vậy, tổng số chó trong đội lên tới chín.

Within fifteen minutes all the dogs were in their harnesses.

Trong vòng mười lăm phút, tất cả các chú chó đã được đeo dây nịt.

The sled team was swinging up the trail toward Dyea Cañon.

Đội xe trượt tuyết đang lao lên con đường mòn hướng về Dyea Cañon.

Buck felt glad to be leaving, even if the work ahead was hard.

Buck cảm thấy vui khi được rời đi, mặc dù công việc phía trước rất khó khăn.

He found he did not particularly despise the labor or the cold.

Ông nhận ra rằng mình không thực sự ghét công việc lao động hay cái lạnh.

He was surprised by the eagerness that filled the whole team.

Ông ngạc nhiên trước sự háo hức tràn ngập khắp toàn đội.

Even more surprising was the change that had come over Dave and Solleks.

Điều đáng ngạc nhiên hơn nữa là sự thay đổi của Dave và Solleks.

These two dogs were entirely different when they were harnessed.

Hai con chó này hoàn toàn khác nhau khi chúng được kéo vào chuồng.

Their passiveness and lack of concern had completely disappeared.

Sự thụ động và thiếu quan tâm của họ đã hoàn toàn biến mất.

They were alert and active, and eager to do their work well.

Họ rất tỉnh táo và năng động, luôn mong muốn làm tốt công việc của mình.

They grew fiercely irritated at anything that caused delay or confusion.

Họ trở nên cực kỳ khó chịu với bất cứ điều gì gây ra sự chậm trễ hoặc nhầm lẫn.

The hard work on the reins was the center of their entire being.

Công việc khó khăn trên dây cương là trọng tâm của toàn bộ con người họ.

Sled pulling seemed to be the only thing they truly enjoyed.

Có vẻ như kéo xe trượt tuyết là hoạt động duy nhất mà họ thực sự thích.

Dave was at the back of the group, closest to the sled itself.

Dave ở phía sau nhóm, gần chiếc xe trượt tuyết nhất.

Buck was placed in front of Dave, and Solleks pulled ahead of Buck.

Buck được đặt ở phía trước Dave, và Solleks vượt lên trước Buck.

The rest of the dogs were strung out ahead in a single file.

Những con chó còn lại được xếp thành một hàng dọc ở phía trước.

The lead position at the front was filled by Spitz.

Vị trí dẫn đầu ở phía trước được Spitz đảm nhiệm.

Buck had been placed between Dave and Solleks for instruction.

Buck được đặt giữa Dave và Solleks để được hướng dẫn.

He was a quick learner, and they were firm and capable teachers.

Ông học nhanh, còn họ là những giáo viên nghiêm khắc và có năng lực.

They never allowed Buck to remain in error for long.

Họ không bao giờ cho phép Buck tiếp tục sai lầm lâu dài.

They taught their lessons with sharp teeth when needed.
Họ dạy bài bằng sự sắc bén khi cần thiết.
Dave was fair and showed a quiet, serious kind of wisdom.
Dave rất công bằng và thể hiện sự khôn ngoan một cách lặng lẽ, nghiêm túc.
He never bit Buck without a good reason to do so.
Anh ấy không bao giờ cắn Buck mà không có lý do chính đáng.
But he never failed to bite when Buck needed correction.
Nhưng anh ta không bao giờ bỏ lỡ cơ hội khi Buck cần được sửa sai.
François's whip was always ready and backed up their authority.
Roi của François luôn sẵn sàng và ủng hộ quyền lực của họ.
Buck soon found it was better to obey than to fight back.
Buck sớm nhận ra rằng tốt hơn là tuân lệnh thay vì chống trả.
Once, during a short rest, Buck got tangled in the reins.
Một lần, trong lúc nghỉ ngơi, Buck bị vướng vào dây cương.
He delayed the start and confused the team's movement.
Anh ta đã trì hoãn việc khởi hành và làm rối loạn chuyển động của đội.
Dave and Solleks flew at him and gave him a rough beating.
Dave và Solleks lao vào và đánh anh ta một trận tơi bời.
The tangle only got worse, but Buck learned his lesson well.
Sự rắc rối ngày càng tệ hơn, nhưng Buck đã học được bài học của mình.
From then on, he kept the reins taut, and worked carefully.
Từ đó trở đi, ông luôn giữ chặt dây cương và làm việc một cách cẩn thận.
Before the day ended, Buck had mastered much of his task.
Trước khi ngày kết thúc, Buck đã hoàn thành phần lớn nhiệm vụ của mình.
His teammates almost stopped correcting or biting him.
Các đồng đội của anh ấy gần như ngừng sửa lỗi hoặc cắn anh ấy.
François's whip cracked through the air less and less often.
Tiếng roi của François quất vào không khí ngày một thưa dần.

Perrault even lifted Buck's feet and carefully examined each paw.

Perrault thậm chí còn nhấc chân Buck lên và cẩn thận kiểm tra từng bàn chân.

It had been a hard day's run, long and exhausting for them all.

Đó là một ngày chạy vất vả, dài và mệt mỏi đối với tất cả mọi người.

They travelled up the Cañon, through Sheep Camp, and past the Scales.

Họ đi lên Cañon, qua Trại Cừu và qua Scales.

They crossed the timber line, then glaciers and snowdrifts many feet deep.

Họ băng qua ranh giới rừng, rồi đến các sông băng và đống tuyết sâu hàng feet.

They climbed the great cold and forbidding Chilkoot Divide.

Họ leo lên con đường Chilkoot Divide lạnh lẽo và hiểm trở.

That high ridge stood between salt water and the frozen interior.

Sườn núi cao đó nằm giữa nước mặn và vùng bên trong đóng băng.

The mountains guarded the sad and lonely North with ice and steep climbs.

Những ngọn núi bảo vệ miền Bắc buồn bã và cô đơn bằng băng giá và những con dốc đứng.

They made good time down a long chain of lakes below the divide.

Họ đã có thời gian tốt khi đi qua một chuỗi hồ dài bên dưới đường phân chia.

Those lakes filled the ancient craters of extinct volcanoes.

Những hồ nước này lấp đầy các miệng núi lửa cổ xưa đã tắt.

Late that night, they reached a large camp at Lake Bennett.

Đêm hôm đó, họ đến một trại lớn ở Hồ Bennett.

Thousands of gold seekers were there, building boats for spring.

Hàng ngàn người tìm vàng đã có mặt ở đó để đóng thuyền cho mùa xuân.

The ice was going break up soon, and they had to be ready.
Băng sắp tan và họ phải sẵn sàng.

Buck dug his hole in the snow and fell into a deep sleep.
Buck đào một cái hố trong tuyết và chìm vào giấc ngủ sâu.

He slept like a working man, exhausted from the harsh day of toil.
Ông ngủ như một người lao động, kiệt sức sau một ngày làm việc vất vả.

But too early in the darkness, he was dragged from sleep.
Nhưng khi trời còn quá sớm, anh đã bị kéo ra khỏi giấc ngủ.

He was harnessed with his mates again and attached to the sled.
Anh ta lại được kéo cùng với những người bạn của mình và buộc vào xe trượt tuyết.

That day they made forty miles, because the snow was well trodden.
Ngày hôm đó họ đi được bốn mươi dặm vì tuyết đã được giẫm nhiều.

The next day, and for many days after, the snow was soft.
Ngày hôm sau, và nhiều ngày sau đó, tuyết vẫn mềm.

They had to make the path themselves, working harder and moving slower.
Họ phải tự mình tạo ra con đường, làm việc chăm chỉ hơn và di chuyển chậm hơn.

Usually, Perrault walked ahead of the team with webbed snowshoes.
Thông thường, Perrault đi trước đội với đôi giày đi tuyết có màng.

His steps packed the snow, making it easier for the sled to move.
Những bước chân của ông làm tuyết lún xuống, giúp xe trượt tuyết di chuyển dễ dàng hơn.

François, who steered from the gee-pole, sometimes took over.
François, người lái từ cần lái, đôi khi lại tiếp quản.

But it was rare that François took the lead
Nhưng hiếm khi François dẫn đầu
because Perrault was in a rush to deliver the letters and parcels.
vì Perrault đang vội vã chuyển thư và bưu kiện.
Perrault was proud of his knowledge of snow, and especially ice.
Perrault tự hào về kiến thức của mình về tuyết, đặc biệt là băng.
That knowledge was essential, because fall ice was dangerously thin.
Kiến thức đó rất cần thiết vì băng mùa thu rất mỏng.
Where water flowed fast beneath the surface, there was no ice at all.
Nơi nước chảy nhanh bên dưới bề mặt thì không hề có băng.

Day after day, the same routine repeated without end.
Ngày này qua ngày khác, thói quen đó cứ lặp đi lặp lại không hồi kết.
Buck toiled endlessly in the reins from dawn until night.
Buck miệt mài kéo dây cương từ sáng đến tối.
They left camp in the dark, long before the sun had risen.
Họ rời trại trong bóng tối, từ rất lâu trước khi mặt trời mọc.
By the time daylight came, many miles were already behind them.
Khi trời sáng, họ đã đi được nhiều dặm đường rồi.
They pitched camp after dark, eating fish and burrowing into snow.
Họ dựng trại sau khi trời tối, ăn cá và đào hang trong tuyết.
Buck was always hungry and never truly satisfied with his ration.
Buck luôn đói và không bao giờ thực sự hài lòng với khẩu phần ăn của mình.
He received a pound and a half of dried salmon each day.
Mỗi ngày ông nhận được một pound rưỡi cá hồi khô.
But the food seemed to vanish inside him, leaving hunger behind.

Nhưng thức ăn dường như biến mất bên trong anh, để lại cơn đói.

He suffered from constant pangs of hunger, and dreamed of more food.

Ông liên tục bị cơn đói hành hạ và mơ ước có nhiều thức ăn hơn.

The other dogs got only one pound of food, but they stayed strong.

Những con chó khác chỉ được một pound thức ăn, nhưng chúng vẫn khỏe mạnh.

They were smaller, and had been born into the northern life.

Họ nhỏ con hơn và được sinh ra ở miền Bắc.

He swiftly lost the fastidiousness which had marked his old life.

Ông nhanh chóng mất đi sự cầu kỳ vốn có trong cuộc sống trước đây của mình.

He had been a dainty eater, but now that was no longer possible.

Trước đây ông là người ăn uống thanh đạm, nhưng bây giờ điều đó không còn khả thi nữa.

His mates finished first and robbed him of his unfinished ration.

Những người bạn của anh ta đã ăn xong trước và cướp mất phần ăn còn lại của anh ta.

Once they began there was no way to defend his food from them.

Một khi chúng bắt đầu, không có cách nào để bảo vệ thức ăn của anh khỏi chúng.

While he fought off two or three dogs, the others stole the rest.

Trong khi anh ta đánh đuổi hai hoặc ba con chó, những con khác đã đánh cắp số còn lại.

To fix this, he began eating as fast as the others ate.

Để khắc phục điều này, anh ấy bắt đầu ăn nhanh như những người khác.

Hunger pushed him so hard that he even took food not his own.

Cơn đói thúc đẩy anh ta đến mức anh ta thậm chí còn lấy cả thức ăn không phải của mình.

He watched the others and learned quickly from their actions.

Anh ấy quan sát những người khác và học hỏi nhanh chóng từ hành động của họ.

He saw Pike, a new dog, steal a slice of bacon from Perrault.

Anh ta nhìn thấy Pike, một chú chó mới, đang ăn trộm một miếng thịt xông khói của Perrault.

Pike had waited until Perrault's back was turned to steal the bacon.

Pike đã đợi cho đến khi Perrault quay lưng lại mới lấy trộm thịt xông khói.

The next day, Buck copied Pike and stole the whole chunk.

Ngày hôm sau, Buck bắt chước Pike và đánh cắp toàn bộ miếng thịt.

A great uproar followed, but Buck was not suspected.

Một tiếng ồn lớn vang lên, nhưng Buck không bị nghi ngờ.

Dub, a clumsy dog who always got caught, was punished instead.

Dub, một chú chó vụng về luôn bị bắt gặp, đã bị trừng phạt.

That first theft marked Buck as a dog fit to survive the North.

Vụ trộm đầu tiên đó đã đánh dấu Buck là một chú chó thích hợp để sinh tồn ở miền Bắc.

He showed he could adapt to new conditions and learn quickly.

Ông đã chứng tỏ mình có thể thích nghi với điều kiện mới và học hỏi rất nhanh.

Without such adaptability, he would have died swiftly and badly.

Nếu không có khả năng thích nghi đó, ông đã chết một cách nhanh chóng và thảm khốc.

It also marked the breakdown of his moral nature and past values.

Nó cũng đánh dấu sự suy sụp về bản chất đạo đức và các giá trị trong quá khứ của ông.

In the Southland, he had lived under the law of love and kindness.

Ở miền Nam, ông sống theo luật yêu thương và lòng tốt.

There it made sense to respect property and other dogs' feelings.

Ở đó, việc tôn trọng tài sản và cảm xúc của những chú chó khác là điều hợp lý.

But the Northland followed the law of club and the law of fang.

Nhưng vùng đất phía Bắc lại tuân theo luật dùi cui và luật nanh vuốt.

Whoever respected old values here was foolish and would fail.

Bất cứ ai tôn trọng các giá trị cũ ở đây đều là kẻ ngốc và sẽ thất bại.

Buck did not reason all this out in his mind.

Buck không hề lý giải tất cả những điều này trong đầu.

He was fit, and so he adjusted without needing to think.

Anh ấy khỏe mạnh nên có thể điều chỉnh mà không cần phải suy nghĩ.

All his life, he had never run away from a fight.

Trong suốt cuộc đời mình, ông chưa bao giờ chạy trốn khỏi một cuộc chiến.

But the wooden club of the man in the red sweater changed that rule.

Nhưng cây dùi cui gỗ của người đàn ông mặc áo len đỏ đã thay đổi quy luật đó.

Now he followed a deeper, older code written into his being.

Bây giờ anh ấy tuân theo một quy tắc sâu sắc hơn, cũ kỹ hơn đã khắc sâu vào trong con người anh.

He did not steal out of pleasure, but from the pain of hunger.

Anh ta không ăn cắp vì thích thú mà vì đau đớn vì đói.

He never robbed openly, but stole with cunning and care.

Ông không bao giờ cướp một cách công khai mà ăn cắp một cách xảo quyệt và cẩn thận.

He acted out of respect for the wooden club and fear of the fang.

Anh ta hành động như vậy vì tôn trọng cây gậy gỗ và sợ nanh.

In short, he did what was easier and safer than not doing it.

Tóm lại, ông đã làm những gì dễ dàng và an toàn hơn là không làm gì cả.

His development—or perhaps his return to old instincts— was fast.

Sự phát triển của anh ấy—hay có lẽ là sự trở lại với bản năng cũ—diễn ra rất nhanh.

His muscles hardened until they felt as strong as iron.

Cơ bắp của anh cứng lại cho đến khi chúng mạnh như sắt.

He no longer cared about pain, unless it was serious.

Anh ấy không còn quan tâm đến nỗi đau nữa, trừ khi đó là nỗi đau nghiêm trọng.

He became efficient inside and out, wasting nothing at all.

Ông trở nên hiệu quả cả về bên trong lẫn bên ngoài, không lãng phí bất cứ thứ gì.

He could eat things that were vile, rotten, or hard to digest.

Ông có thể ăn những thứ ghê tởm, thối rữa hoặc khó tiêu.

Whatever he ate, his stomach used every last bit of value.

Bất kể anh ta ăn gì, dạ dày cũng sử dụng hết mọi thứ có giá trị.

His blood carried the nutrients far through his powerful body.

Máu của ông vận chuyển chất dinh dưỡng đi khắp cơ thể cường tráng của ông.

This built strong tissues that gave him incredible endurance.

Điều này giúp xây dựng các mô khỏe mạnh mang lại cho anh sức bền đáng kinh ngạc.

His sight and smell became much more sensitive than before.

Thị giác và khứu giác của anh trở nên nhạy bén hơn trước rất nhiều.

His hearing grew so sharp he could detect faint sounds in sleep.

Thính giác của ông trở nên nhạy bén đến mức ông có thể phát hiện ra những âm thanh yếu ớt trong lúc ngủ.

He knew in his dreams whether the sounds meant safety or danger.

Trong mơ, anh biết những âm thanh đó có nghĩa là an toàn hay nguy hiểm.

He learned to bite the ice between his toes with his teeth.

Anh ấy đã học cách cắn băng giữa các ngón chân bằng răng.

If a water hole froze over, he would break the ice with his legs.

Nếu một vũng nước đóng băng, anh ta sẽ phá băng bằng chân của mình.

He reared up and struck the ice hard with stiff front limbs.

Anh ta đứng thẳng dậy và đập mạnh xuống băng bằng đôi chân trước cứng đờ.

His most striking ability was predicting wind changes overnight.

Khả năng nổi bật nhất của ông là dự đoán sự thay đổi của gió trong đêm.

Even when the air was still, he chose spots sheltered from wind.

Ngay cả khi không khí tĩnh lặng, ông vẫn chọn những nơi tránh gió.

Wherever he dug his nest, the next day's wind passed him by.

Bất cứ nơi nào nó đào tổ, cơn gió ngày hôm sau đều thổi ngang qua.

He always ended up snug and protected, to leeward of the breeze.

Anh ta luôn luôn ở nơi an toàn và được bảo vệ, khuất gió.

Buck not only learned by experience—his instincts returned too.

Buck không chỉ học được từ kinh nghiệm mà bản năng của anh cũng quay trở lại.

The habits of domesticated generations began to fall away.

Thói quen của các thế hệ thuần hóa bắt đầu mất đi.

In vague ways, he remembered the ancient times of his breed.

Ông mơ hồ nhớ lại thời xa xưa của giống nòi mình.

He thought back to when wild dogs ran in packs through forests.

Anh nhớ lại thời những con chó hoang chạy thành bầy xuyên qua rừng.

They had chased and killed their prey while running it down.

Họ đã đuổi theo và giết chết con mồi trong khi truy đuổi.

It was easy for Buck to learn how to fight with tooth and speed.

Buck có thể dễ dàng học cách chiến đấu bằng sức mạnh và tốc độ.

He used cuts, slashes, and quick snaps just like his ancestors.

Ông sử dụng các đòn cắt, chém và đập nhanh giống như tổ tiên của mình.

Those ancestors stirred within him and awoke his wild nature.

Những tổ tiên đó đã khuấy động bên trong anh và đánh thức bản chất hoang dã của anh.

Their old skills had passed into him through the bloodline.

Những kỹ năng cũ của họ đã được truyền vào anh thông qua dòng máu.

Their tricks were his now, with no need for practice or effort.

Những mánh khóe của họ giờ đã là của anh, không cần phải luyện tập hay nỗ lực.

On still, cold nights, Buck lifted his nose and howled.

Vào những đêm tĩnh lặng và lạnh giá, Buck hếch mũi lên và hú.

He howled long and deep, the way wolves had done long ago.

Anh ta tru lên một tiếng dài và sâu, giống như tiếng tru của loài sói từ lâu.

Through him, his dead ancestors pointed their noses and howled.

Qua anh, tổ tiên đã khuất của anh hếch mũi và hú lên.

They howled down through the centuries in his voice and shape.

Họ đã hú vang qua nhiều thế kỷ bằng giọng nói và hình dáng của ông.

His cadences were theirs, old cries that told of grief and cold.

Nhịp điệu của ông cũng giống như họ, tiếng kêu cũ rích báo hiệu nỗi đau buồn và giá lạnh.

They sang of darkness, of hunger, and the meaning of winter.

Họ hát về bóng tối, về cơn đói và ý nghĩa của mùa đông.

Buck proved of how life is shaped by forces beyond oneself,

Buck đã chứng minh rằng cuộc sống được định hình bởi những thế lực bên ngoài bản thân mình,

the ancient song rose through Buck and took hold of his soul.

bài hát cổ xưa vang lên trong Buck và chiếm lấy tâm hồn anh.

He found himself because men had found gold in the North.

Ông đã tìm thấy chính mình vì con người đã tìm thấy vàng ở phương Bắc.

And he found himself because Manuel, the gardener's helper, needed money.

Và anh đã tìm thấy chính mình vì Manuel, người phụ việc làm vườn, đang cần tiền.

The Dominant Primordial Beast
Quái thú nguyên thủy thống trị

The dominant primordial beast was as strong as ever in Buck.
Con thú nguyên thủy thống trị vẫn mạnh mẽ như thường lệ trong Buck.

But the dominant primordial beast had lain dormant in him.
Nhưng con thú nguyên thủy thống trị vẫn ẩn núp bên trong anh ta.

Trail life was harsh, but it strengthened beast inside Buck.
Cuộc sống trên đường mòn thật khắc nghiệt, nhưng nó đã tôi luyện nên con thú bên trong Buck.

Secretly the beast grew stronger and stronger every day.
Con thú này ngày càng mạnh mẽ hơn một cách bí ẩn.

But that inner growth stayed hidden to the outside world.
Nhưng sự phát triển bên trong đó vẫn ẩn giấu với thế giới bên ngoài.

A quiet and calm primordial force was building inside Buck.
Một sức mạnh nguyên thủy yên tĩnh và tĩnh lặng đang hình thành bên trong Buck.

New cunning gave Buck balance, calm control, and poise.
Sự khôn ngoan mới mang lại cho Buck sự cân bằng, khả năng kiểm soát bình tĩnh và điểm đạm.

Buck focused hard on adapting, never feeling fully relaxed.
Buck tập trung hết sức vào việc thích nghi và không bao giờ cảm thấy hoàn toàn thư giãn.

He avoided conflict, never starting fights, nor seeking trouble.
Ông tránh xung đột, không bao giờ gây gổ hay tìm kiếm rắc rối.

A slow, steady thoughtfulness shaped Buck's every move.
Một sự chu đáo chậm rãi, vững chắc định hình từng hành động của Buck.

He avoided rash choices and sudden, reckless decisions.
Ông tránh những lựa chọn hấp tấp và những quyết định đột ngột, liều lĩnh.

Though Buck hated Spitz deeply, he showed him no aggression.

Mặc dù Buck rất ghét Spitz, nhưng anh không hề tỏ ra hung dữ.

Buck never provoked Spitz, and kept his actions restrained.

Buck không bao giờ khiêu khích Spitz và luôn kiềm chế hành động của mình.

Spitz, on the other hand, sensed the growing danger in Buck.

Ngược lại, Spitz cảm nhận được mối nguy hiểm đang gia tăng ở Buck.

He saw Buck as a threat and a serious challenge to his power.

Ông coi Buck là mối đe dọa và là thách thức nghiêm trọng đối với quyền lực của mình.

He used every chance to snarl and show his sharp teeth.

Anh ta tận dụng mọi cơ hội để gầm gừ và phô hàm răng sắc nhọn của mình.

He was trying to start the deadly fight that had to come.

Anh ta đang cố gắng bắt đầu cuộc chiến chết chóc sắp xảy ra.

Early in the trip, a fight nearly broke out between them.

Vào đầu chuyến đi, một cuộc ẩu đả gần như đã xảy ra giữa họ.

But an unexpected accident stopped the fight from happening.

Nhưng một tai nạn bất ngờ đã khiến cuộc chiến phải dừng lại.

That evening they set up camp on the bitterly cold Lake Le Barge.

Tối hôm đó, họ dựng trại trên hồ Le Barge lạnh buốt.

The snow was falling hard, and the wind cut like a knife.

Tuyết rơi dày và gió cắt như dao.

The night had come too fast, and darkness surrounded them.

Đêm đã đến quá nhanh và bóng tối bao trùm lấy họ.

They could hardly have chosen a worse place for rest.

Họ khó có thể chọn một nơi nào tệ hơn để nghỉ ngơi.

The dogs searched desperately for a place to lie down.

Những chú chó tuyệt vọng tìm kiếm một nơi để nằm xuống.

A tall rock wall rose steeply behind the small group.

Một bức tường đá cao dựng đứng phía sau nhóm nhỏ này.

The tent had been left behind in Dyea to lighten the load.

Chiếc lều đã được để lại ở Dyea để giảm tải.

They had no choice but to make the fire on the ice itself.

Họ không còn lựa chọn nào khác ngoài việc nhóm lửa trên chính băng.

They spread their sleeping robes directly on the frozen lake.

Họ trải áo ngủ trực tiếp xuống mặt hồ đóng băng.

A few sticks of driftwood gave them a little bit of fire.

Một vài thanh gỗ trôi dạt có thể giúp họ nhóm lửa.

But the fire was built on the ice, and thawed through it.

Nhưng ngọn lửa được nhóm lên trên băng và tan chảy qua băng.

Eventually they were eating their supper in darkness.

Cuối cùng họ ăn tối trong bóng tối.

Buck curled up beside the rock, sheltered from the cold wind.

Buck cuộn mình bên cạnh tảng đá, tránh xa cơn gió lạnh.

The spot was so warm and safe that Buck hated to move away.

Nơi này ấm áp và an toàn đến nỗi Buck ghét phải rời đi.

But François had warmed the fish and was handing out rations.

Nhưng François đã hâm nóng cá và phát khẩu phần ăn.

Buck finished eating quickly, and returned to his bed.

Buck ăn xong một cách nhanh chóng và quay trở lại giường.

But Spitz was now laying where Buck had made his bed.

Nhưng Spitz lúc này lại nằm ở nơi Buck đã nằm.

A low snarl warned Buck that Spitz refused to move.

Một tiếng gầm gừ nhỏ cảnh báo Buck rằng Spitz từ chối di chuyển.

Until now, Buck had avoided this fight with Spitz.

Cho đến bây giờ, Buck vẫn tránh được cuộc chiến này với Spitz.

But deep inside Buck the beast finally broke loose.

Nhưng sâu thẳm bên trong Buck, con thú cuối cùng đã vùng thoát.

The theft of his sleeping place was too much to tolerate.

Việc mất cắp chỗ ngủ của anh ấy là điều không thể chấp nhận được.

Buck launched himself at Spitz, full of anger and rage.

Buck lao vào Spitz, đầy tức giận và phẫn nộ.

Up until not Spitz had thought Buck was just a big dog.

Cho đến tận bây giờ Spitz vẫn nghĩ Buck chỉ là một chú chó lớn.

He didn't think Buck had survived through his spirit.

Anh không nghĩ Buck có thể sống sót nhờ vào tinh thần của anh.

He was expecting fear and cowardice, not fury and revenge.

Ông mong đợi sự sợ hãi và hèn nhát chứ không phải sự giận dữ và trả thù.

François stared as both dogs burst from the ruined nest.

François nhìn chằm chằm khi cả hai con chó lao ra khỏi tổ bị phá hủy.

He understood at once what had started the wild struggle.

Anh ta hiểu ngay lý do dẫn đến cuộc đấu tranh dữ dội này.

"A-a-ah!" François cried out in support of the brown dog.

"Aa-ah!" François hét lên để ủng hộ chú chó nâu.

"Give him a beating! By God, punish that sneaky thief!"

"Đánh cho hắn một trận! Trời ơi, trừng phạt tên trộm gian xảo này!"

Spitz showed equal readiness and wild eagerness to fight.

Spitz cũng thể hiện sự sẵn sàng và háo hức chiến đấu mãnh liệt.

He cried out in rage while circling fast, seeking an opening.

Anh ta hét lên trong cơn thịnh nộ trong khi di chuyển vòng tròn nhanh chóng, tìm kiếm một khoảng trống.

Buck showed the same hunger to fight, and the same caution.

Buck cũng thể hiện sự khao khát chiến đấu và sự thận trọng như vậy.

He circled his opponent as well, trying to gain the upper hand in battle.

Anh ta cũng bao quanh đối thủ của mình, cố gắng giành thế thượng phong trong trận chiến.

Then something unexpected happened and changed everything.
Sau đó, một điều bất ngờ đã xảy ra và thay đổi mọi thứ.

That moment delayed the eventual fight for the leadership.
Khoảnh khắc đó đã trì hoãn cuộc chiến giành quyền lãnh đạo sau này.

Many miles of trail and struggle still waited before the end.
Nhiều dặm đường mòn và sự đấu tranh vẫn đang chờ đợi trước khi đến đích.

Perrault shouted an oath as a club smacked against bone.
Perrault hét lên lời thề khi một chiếc dùi cui đập vào xương.

A sharp yelp of pain followed, then chaos exploded all around.
Một tiếng thét đau đớn vang lên, sau đó hỗn loạn bùng nổ khắp nơi.

Dark shapes moved in camp; wild huskies, starved and fierce.
Những bóng đen di chuyển trong trại; những chú chó husky hoang dã, đói khát và hung dữ.

Four or five dozen huskies had sniffed the camp from far away.
Bốn hoặc năm chục con chó husky đã đánh hơi khu trại từ xa.

They had crept in quietly while the two dogs fought nearby.
Họ đã lặng lẽ lẻn vào trong khi hai con chó đang đánh nhau gần đó.

François and Perrault charged, swinging clubs at the invaders.
François và Perrault lao tới, vung gậy vào những kẻ xâm lược.

The starving huskies showed teeth and fought back in frenzy.
Những chú chó husky đói khát nhe răng và chống trả dữ dội.

The smell of meat and bread had driven them past all fear.
Mùi thịt và bánh mì đã giúp họ vượt qua mọi nỗi sợ hãi.

Perrault beat a dog that had buried its head in the grub-box.
Perrault đánh một con chó đã vùi đầu vào hộp đựng thức ăn.

The blow hit hard, and the box flipped, food spilling out.

Cú đánh rất mạnh khiến chiếc hộp lật ngược lại, thức ăn đổ ra ngoài.

In seconds, a score of wild beasts tore into the bread and meat.

Chỉ trong vài giây, hàng chục con thú dữ đã xé nát ổ bánh mì và thịt.

The men's clubs landed blow after blow, but no dog turned away.

Những cây gậy của đàn ông liên tục giáng xuống những đòn đánh, nhưng không có con chó nào quay đi.

They howled in pain, but fought until no food remained.

Họ hú lên vì đau đớn nhưng vẫn chiến đấu cho đến khi không còn thức ăn.

Meanwhile, the sled-dogs had jumped from their snowy beds.

Trong khi đó, những chú chó kéo xe đã nhảy ra khỏi lớp tuyết phủ của chúng.

They were instantly attacked by the vicious hungry huskies.

Họ ngay lập tức bị tấn công bởi những chú chó husky hung dữ và đói khát.

Buck had never seen such wild and starved creatures before.

Buck chưa bao giờ nhìn thấy những sinh vật hoang dã và đói khát như vậy.

Their skin hung loose, barely hiding their skeletons.

Da của họ hở ra, gần như không thể che giấu bộ xương.

There was a fire in their eyes, from hunger and madness

Có một ngọn lửa trong mắt họ, vì đói và điên cuồng

There was no stopping them; no resisting their savage rush.

Không có cách nào ngăn cản chúng; không thể chống lại sự lao tới dữ dội của chúng.

The sled-dogs were shoved back, pressed against the cliff wall.

Những chú chó kéo xe bị đẩy lùi, ép vào vách đá.

Three huskies attacked Buck at once, tearing into his flesh.

Ba con chó husky tấn công Buck cùng một lúc, xé xác cậu.

Blood poured from his head and shoulders, where he'd been cut.

Máu chảy ra từ đầu và vai anh, nơi anh bị cắt.

The noise filled the camp; growling, yelps, and cries of pain.

Tiếng ồn tràn ngập khắp trại: tiếng gầm gừ, tiếng la hét và tiếng kêu đau đớn.

Billee cried loudly, as usual, caught in the fray and panic.

Billee khóc lớn như thường lệ, bị cuốn vào cuộc hỗn chiến và hoảng loạn.

Dave and Solleks stood side by side, bleeding but defiant.

Dave và Solleks đứng cạnh nhau, máu chảy nhưng vẫn kiên cường.

Joe fought like a demon, biting anything that came close.

Joe chiến đấu như một con quỷ, cắn bất cứ thứ gì đến gần.

He crushed a husky's leg with one brutal snap of his jaws.

Anh ta nghiền nát chân của một con chó husky chỉ bằng một cú cắn mạnh mẽ.

Pike jumped on the wounded husky and broke its neck instantly.

Pike nhảy lên con chó husky bị thương và bẻ gãy cổ nó ngay lập tức.

Buck caught a husky by the throat and ripped through the vein.

Buck tóm lấy cổ họng một con chó husky và xé toạc tĩnh mạch.

Blood sprayed, and the warm taste drove Buck into a frenzy.

Máu phun ra, và hương vị ấm áp khiến Buck trở nên điên cuồng.

He hurled himself at another attacker without hesitation.

Anh ta lao vào kẻ tấn công khác mà không chút do dự.

At the same moment, sharp teeth dug into Buck's own throat.

Cùng lúc đó, hàm răng sắc nhọn cắm vào cổ họng Buck.

Spitz had struck from the side, attacking without warning.

Spitz đã tấn công từ bên cạnh mà không báo trước.

Perrault and François had defeated the dogs stealing the food.

Perrault và François đã đánh bại được lũ chó ăn trộm thức ăn.

Now they rushed to help their dogs fight back the attackers.

Bây giờ họ vội vã chạy đến giúp chó của mình chống trả lại kẻ tấn công.

The starving dogs retreated as the men swung their clubs.

Những con chó đói lùi lại khi những người đàn ông vung dùi cui.

Buck broke free from the attack, but the escape was brief.

Buck thoát khỏi cuộc tấn công, nhưng chỉ thoát được trong chốc lát.

The men ran to save their dogs, and the huskies swarmed again.

Những người đàn ông chạy đi cứu chó của họ, và đàn chó husky lại kéo đến.

Billee, frightened into bravery, leapt into the pack of dogs.

Billee, sợ hãi đến mức can đảm, nhảy vào bầy chó.

But then he fled across the ice, in raw terror and panic.

Nhưng sau đó anh ta bỏ chạy qua băng trong sự sợ hãi và hoảng loạn tột độ.

Pike and Dub followed close behind, running for their lives.

Pike và Dub chạy theo sát phía sau để thoát thân.

The rest of the team broke and scattered, following after them.

Phần còn lại của đội tan rã và tản ra, đuổi theo họ.

Buck gathered his strength to run, but then saw a flash.

Buck cố gắng tập trung sức lực để chạy, nhưng rồi nhìn thấy một tia sáng.

Spitz lunged at Buck's side, trying to knock him to the ground.

Spitz lao vào bên cạnh Buck, cố gắng vật anh ta xuống đất.

Under that mob of huskies, Buck would have had no escape.

Với bầy chó husky đó, Buck sẽ không có lối thoát.

But Buck stood firm and braced for the blow from Spitz.

Nhưng Buck vẫn đứng vững và chuẩn bị đón nhận cú đánh của Spitz.

Then he turned and ran out onto the ice with the fleeing team.

Sau đó, anh ta quay người và chạy ra sân băng cùng với đội đang bỏ chạy.

Later, the nine sled-dogs gathered in the shelter of the woods.
Sau đó, chín chú chó kéo xe tập trung tại nơi trú ẩn trong rừng.

No one chased them anymore, but they were battered and wounded.
Không còn ai đuổi theo họ nữa, nhưng họ đã bị đánh đập và bị thương.

Each dog had wounds; four or five deep cuts on every body.
Mỗi con chó đều có vết thương; bốn hoặc năm vết cắt sâu trên cơ thể.

Dub had an injured hind leg and struggled to walk now.
Dub bị thương ở chân sau và hiện đang gặp khó khăn khi đi lại.

Dolly, the newest dog from Dyea, had a slashed throat.
Dolly, chú chó mới nhất từ Dyea, bị cắt cổ họng.

Joe had lost an eye, and Billee's ear was cut to pieces
Joe đã mất một mắt, và tai của Billee đã bị cắt thành từng mảnh

All the dogs cried in pain and defeat through the night.
Tất cả các chú chó đều kêu khóc vì đau đớn và thất bại suốt đêm.

At dawn they crept back to camp, sore and broken.
Lúc rạng sáng, họ lê bước trở về trại, đau nhức và mệt mỏi.

The huskies had vanished, but the damage had been done.
Những chú chó husky đã biến mất, nhưng thiệt hại thì đã xảy ra.

Perrault and François stood in foul moods over the ruin.
Perrault và François đứng trong tâm trạng bực bội khi nhìn thấy đống đổ nát.

Half of the food was gone, snatched by the hungry thieves.
Một nửa số thức ăn đã biến mất, bị những tên trộm đói khát cướp mất.

The huskies had torn through sled bindings and canvas.

Lũ chó husky đã xé toạc dây buộc và vải bạt của xe trượt tuyết.

Anything with a smell of food had been devoured completely.

Bất cứ thứ gì có mùi thức ăn đều bị ăn hết.

They ate a pair of Perrault's moose-hide traveling boots.

Họ đã ăn một đôi giày đi du lịch bằng da nai của Perrault.

They chewed leather reis and ruined straps beyond use.

Họ nhai dây da và làm hỏng dây đeo đến mức không thể sử dụng được.

François stopped staring at the torn lash to check the dogs.

François ngừng nhìn chằm chằm vào sợi roi rách để kiểm tra lũ chó.

"Ah, my friends," he said, his voice low and filled with worry.

"Ồ, bạn của tôi," anh nói, giọng nói trầm và đầy lo lắng.

"Maybe all these bites will turn you into mad beasts."

"Có lẽ tất cả những vết cắn này sẽ biến bạn thành những con thú điên cuồng."

"Maybe all mad dogs, sacredam! What do you think, Perrault?"

"Có lẽ tất cả đều là chó điên, thánh thần ơi! Anh nghĩ sao, Perrault?"

Perrault shook his head, eyes dark with concern and fear.

Perrault lắc đầu, đôi mắt tối sầm lại vì lo lắng và sợ hãi.

Four hundred miles still lay between them and Dawson.

Vẫn còn khoảng cách bốn trăm dặm giữa họ và Dawson.

Dog madness now could destroy any chance of survival.

Sự điên cuồng của loài chó hiện nay có thể phá hủy mọi cơ hội sống sót.

They spent two hours swearing and trying to fix the gear.

Họ mất hai giờ để chửi thề và cố gắng sửa chữa thiết bị.

The wounded team finally left the camp, broken and defeated.

Cuối cùng, đội bị thương phải rời khỏi trại trong tâm trạng tan vỡ và thất bại.

This was the hardest trail yet, and each step was painful.

Đây là con đường khó khăn nhất từ trước đến nay và mỗi bước đi đều đau đớn.

The Thirty Mile River had not frozen, and was rushing wildly.

Sông Thirty Mile chưa đóng băng và đang chảy xiết.

Only in calm spots and swirling eddies did ice manage to hold.

Chỉ ở những nơi yên tĩnh và có dòng nước xoáy thì băng mới có thể giữ được.

Six days of hard labor passed until the thirty miles were done.

Sáu ngày lao động khổ sai đã trôi qua cho đến khi hoàn thành được ba mươi dặm.

Each mile of the trail brought danger and the threat of death.

Mỗi dặm đường mòn đều mang đến nguy hiểm và đe dọa đến tính mạng.

The men and dogs risked their lives with every painful step.

Những người đàn ông và chó đều liều mạng sống của mình với mỗi bước đi đau đớn.

Perrault broke through thin ice bridges a dozen different times.

Perrault đã phá vỡ những cây cầu băng mỏng hàng chục lần.

He carried a pole and let it fall across the hole his body made.

Anh ta cầm một cây sào và thả nó rơi ngang qua cái lỗ do cơ thể anh ta tạo ra.

More than once did that pole save Perrault from drowning.

Chiếc sào đó đã không chỉ một lần cứu Perrault khỏi chết đuối.

The cold snap held firm, the air was fifty degrees below zero.

Thời tiết lạnh giá vẫn tiếp diễn, nhiệt độ không khí là âm năm mươi độ.

Every time he fell in, Perrault had to light a fire to survive.

Mỗi lần rơi xuống nước, Perrault phải đốt lửa để sống sót.

Wet clothing froze fast, so he dried them near blazing heat.

Quần áo ướt đông cứng rất nhanh nên anh phải phơi chúng gần nơi có nhiệt độ cao.

No fear ever touched Perrault, and that made him a courier.

Không một nỗi sợ hãi nào có thể chạm tới Perrault, và điều đó đã biến anh thành một người đưa tin.

He was chosen for danger, and he met it with quiet resolve.

Anh được chọn để đương đầu với nguy hiểm, và anh đã đón nhận nó bằng sự quyết tâm thầm lặng.

He pressed forward into wind, his shriveled face frostbitten.

Ông ta tiến về phía trước trong gió, khuôn mặt nhăn nheo và cóng lạnh.

From faint dawn to nightfall, Perrault led them onward.

Từ lúc rạng đông cho đến lúc đêm xuống, Perrault dẫn họ tiến lên.

He walked on narrow rim ice that cracked with every step.

Anh ta bước đi trên vành băng hẹp, nứt ra sau mỗi bước chân.

They dared not stop—each pause risked a deadly collapse.

Họ không dám dừng lại - mỗi lần dừng lại đều có nguy cơ ngã gục chết người.

One time the sled broke through, pulling Dave and Buck in.

Có lần chiếc xe trượt tuyết bị rơi xuống, kéo Dave và Buck vào trong.

By the time they were dragged free, both were near frozen.

Khi họ được kéo ra, cả hai đều gần như bị đông cứng.

The men built a fire quickly to keep Buck and Dave alive.

Những người đàn ông nhanh chóng nhóm lửa để giữ cho Buck và Dave sống sót.

The dogs were coated in ice from nose to tail, stiff as carved wood.

Những con chó bị phủ đầy băng từ mũi đến đuôi, cứng đờ như gỗ chạm khắc.

The men ran them in circles near the fire to thaw their bodies.

Những người đàn ông chạy chúng theo vòng tròn gần lửa để rã đông cơ thể.

They came so close to the flames that their fur was singed.

Họ đến gần ngọn lửa đến nỗi lông của họ bị cháy xém.

Spitz broke through the ice next, dragging in the team behind him.

Spitz tiếp tục phá vỡ lớp băng, kéo theo cả đội phía sau mình.

The break reached all the way up to where Buck was pulling.

Lực phanh kéo dài tới tận chỗ Buck đang kéo.

Buck leaned back hard, paws slipping and trembling on the edge.

Buck ngả người mạnh về phía sau, bàn chân trượt đi và run rẩy ở mép.

Dave also strained backward, just behind Buck on the line.

Dave cũng căng người về phía sau, ngay sau Buck trên vạch đích.

François hauled on the sled, his muscles cracking with effort.

François kéo xe trượt tuyết, cơ bắp của anh kêu răng rắc vì gắng sức.

Another time, rim ice cracked before and behind the sled.

Một lần khác, vành băng nứt ra trước và sau xe trượt tuyết.

They had no way out except to climb a frozen cliff wall.

Họ không còn cách nào khác ngoài việc trèo lên vách đá đóng băng.

Perrault somehow climbed the wall; a miracle kept him alive.

Bằng cách nào đó Perrault đã trèo được lên tường; một phép màu đã giúp anh sống sót.

François stayed below, praying for the same kind of luck.

François ở lại bên dưới, cầu nguyện để có được may mắn tương tự.

They tied every strap, lashing, and trace into one long rope.

Họ buộc tất cả dây đai, dây buộc và dây thừng thành một sợi dây dài.

The men hauled each dog up, one at a time to the top.

Những người đàn ông kéo từng con chó lên đỉnh, từng con một.

François climbed last, after the sled and the entire load.

François là người leo cuối cùng, sau chiếc xe trượt tuyết và toàn bộ hàng hóa.

Then began a long search for a path down from the cliffs.
Sau đó bắt đầu cuộc tìm kiếm đường đi xuống từ vách đá.

They finally descended using the same rope they had made.
Cuối cùng họ đi xuống bằng chính sợi dây họ đã làm.

Night fell as they returned to the riverbed, exhausted and sore.
Đêm xuống khi họ trở lại lòng sông, kiệt sức và đau nhức.

They had taken a full day to cover only a quarter of a mile.
Họ phải mất cả một ngày để đi được chỉ một phần tư dặm.

By the time they reached the Hootalinqua, Buck was worn out.
Khi họ đến Hootalinqua, Buck đã kiệt sức.

The other dogs suffered just as badly from the trail conditions.
Những con chó khác cũng bị ảnh hưởng nghiêm trọng vì điều kiện đường mòn.

But Perrault needed to recover time, and pushed them on each day.
Nhưng Perrault cần phải dành thời gian và thúc đẩy họ làm việc mỗi ngày.

The first day they traveled thirty miles to Big Salmon.
Ngày đầu tiên họ đi ba mươi dặm đến Big Salmon.

The next day they travelled thirty-five miles to Little Salmon.
Ngày hôm sau họ đi ba mươi lăm dặm đến Little Salmon.

On the third day they pushed through forty long frozen miles.
Vào ngày thứ ba, họ đã đi qua bốn mươi dặm đường dài đóng băng.

By then, they were nearing the settlement of Five Fingers.
Khi đó, họ đã gần đến khu định cư Five Fingers.

Buck's feet were softer than the hard feet of native huskies.
Bàn chân của Buck mềm mại hơn bàn chân cứng của loài chó husky bản địa.

His paws had grown tender over many civilized generations.
Bàn chân của ông đã trở nên mềm mại hơn qua nhiều thế hệ văn minh.

Long ago, his ancestors had been tamed by river men or hunters.
Ngày xưa, tổ tiên của ông đã được thuần hóa bởi những người dân ven sông hoặc thợ săn.

Every day Buck limped in pain, walking on raw, aching paws.
Ngày nào Buck cũng khập khiễng vì đau đớn, bước đi trên đôi bàn chân đau nhức, thô ráp.

At camp, Buck dropped like a lifeless form upon the snow.
Tại trại, Buck ngã xuống như một xác chết trên tuyết.

Though starving, Buck did not rise to eat his evening meal.
Mặc dù rất đói, Buck vẫn không đứng dậy để ăn bữa tối.

François brought Buck his ration, laying fish by his muzzle.
François mang khẩu phần ăn của mình đến cho Buck, đặt con cá cạnh mõm nó.

Each night the driver rubbed Buck's feet for half an hour.
Mỗi đêm, người lái xe xoa bóp chân cho Buck trong nửa giờ.

François even cut up his own moccasins to make dog footwear.
François thậm chí còn tự cắt giày moccasin của mình để làm giày cho chó.

Four warm shoes gave Buck a great and welcome relief.
Bốn chiếc giày ấm áp mang lại cho Buck cảm giác thoải mái và dễ chịu.

One morning, François forgot the shoes, and Buck refused to rise.
Một buổi sáng, François quên mang giày và Buck từ chối đứng dậy.

Buck lay on his back, feet in the air, waving them pitifully.
Buck nằm ngửa, hai chân giơ lên cao, vẫy vẫy một cách đáng thương.

Even Perrault grinned at the sight of Buck's dramatic plea.
Ngay cả Perrault cũng cười toe toét khi chứng kiến lời cầu xin đầy kịch tính của Buck.

Soon Buck's feet grew hard, and the shoes could be discarded.

Chẳng bao lâu sau, chân Buck trở nên cứng lại và đôi giày có thể bỏ đi.

At Pelly, during harness time, Dolly let out a dreadful howl.

Ở Pelly, trong thời gian kéo dây cương, Dolly hú lên một tiếng kinh hoàng.

The cry was long and filled with madness, shaking every dog.

Tiếng kêu kéo dài và đầy sự điên cuồng, khiến cả con chó cũng phải run sợ.

Each dog bristled in fear without knowing the reason.

Mỗi con chó đều dựng đứng lên vì sợ hãi mà không biết lý do.

Dolly had gone mad and hurled herself straight at Buck.

Dolly đã phát điên và lao thẳng vào Buck.

Buck had never seen madness, but horror filled his heart.

Buck chưa bao giờ chứng kiến cảnh điên loạn, nhưng nỗi kinh hoàng tràn ngập trái tim anh.

With no thought, he turned and fled in absolute panic.

Không chút suy nghĩ, anh ta quay người và bỏ chạy trong sự hoảng loạn tột độ.

Dolly chased him, her eyes wild, saliva flying from her jaws.

Dolly đuổi theo anh ta, mắt trợn trừng, nước bọt chảy ra từ hàm.

She kept right behind Buck, never gaining and never falling back.

Cô luôn bám sát Buck, không bao giờ tiến lên và cũng không bao giờ tụt lại phía sau.

Buck ran through woods, down the island, across jagged ice.

Buck chạy qua rừng, xuống đảo, băng qua lớp băng gồ ghề.

He crossed to an island, then another, circling back to the river.

Anh ta băng qua một hòn đảo, rồi một hòn đảo khác, rồi vòng trở lại bờ sông.

Still Dolly chased him, her growl close behind at every step.

Dolly vẫn đuổi theo anh ta, tiếng gầm gừ của cô ta vang lên sát sau mỗi bước đi.

Buck could hear her breath and rage, though he dared not look back.

Buck có thể nghe thấy hơi thở và cơn thịnh nộ của cô, mặc dù anh không dám quay lại nhìn.

François shouted from afar, and Buck turned toward the voice.

François hét lên từ xa, và Buck quay về phía phát ra giọng nói.

Still gasping for air, Buck ran past, placing all hope in François.

Vẫn thở hổn hển, Buck chạy qua, đặt mọi hy vọng vào François.

The dog-driver raised an axe and waited as Buck flew past.

Người đánh xe chó giơ rìu lên và đợi Buck bay qua.

The axe came down fast and struck Dolly's head with deadly force.

Chiếc rìu lao xuống nhanh chóng và đập vào đầu Dolly với lực mạnh chết người.

Buck collapsed near the sled, wheezing and unable to move.

Buck ngã gục gần chiếc xe trượt tuyết, thở khò khè và không thể di chuyển.

That moment gave Spitz his chance to strike an exhausted foe.

Khoảnh khắc đó đã mang đến cho Spitz cơ hội tấn công một đối thủ đã kiệt sức.

Twice he bit Buck, ripping flesh down to the white bone.

Anh ta cắn Buck hai lần, xé thịt Buck ra chỉ còn lại xương trắng.

François's whip cracked, striking Spitz with full, furious force.

Roi của François quất mạnh vào Spitz với sức mạnh dữ dội.

Buck watched with joy as Spitz received his harshest beating yet.

Buck vui mừng khi chứng kiến Spitz bị đánh đòn một cách dã man nhất từ trước đến nay.

"He's a devil, that Spitz," Perrault muttered darkly to himself.

"Hắn là một con quỷ, tên Spitz đó," Perrault lẩm bẩm một mình.

"Someday soon, that cursed dog will kill Buck — I swear it."

"Một ngày nào đó không xa, con chó đáng nguyền rủa đó sẽ giết Buck — tôi thề đấy."

"That Buck has two devils in him," François replied with a nod.

"Con Buck đó có hai con quỷ trong người," François đáp lại bằng một cái gật đầu.

"When I watch Buck, I know something fierce waits in him."

"Khi tôi quan sát Buck, tôi biết có điều gì đó dữ dội đang chờ đợi bên trong cậu ấy."

"One day, he'll get mad as fire and tear Spitz to pieces."

"Một ngày nào đó, hắn sẽ nổi giận và xé xác Spitz ra từng mảnh."

"He'll chew that dog up and spit him on the frozen snow."

"Anh ta sẽ nhai con chó đó và nhổ nó lên tuyết đóng băng."

"Sure as anything, I know this deep in my bones."

"Chắc chắn rồi, tôi biết điều này sâu trong xương tủy mình."

From that moment forward, the two dogs were locked in war.

Từ thời điểm đó trở đi, hai chú chó đã lao vào cuộc chiến.

Spitz led the team and held power, but Buck challenged that.

Spitz dẫn dắt đội và nắm giữ quyền lực, nhưng Buck đã thách thức điều đó.

Spitz saw his rank threatened by this odd Southland stranger.

Spitz thấy cấp bậc của mình bị đe dọa bởi người lạ kỳ lạ đến từ miền Nam này.

Buck was unlike any southern dog Spitz had known before.

Buck không giống bất kỳ chú chó miền Nam nào mà Spitz từng biết trước đây.

Most of them failed — too weak to live through cold and hunger.

Hầu hết bọn họ đều thất bại - quá yếu để sống qua cái lạnh và cơn đói.

They died fast under labor, frost, and the slow burn of famine.

Họ chết nhanh vì lao động, vì giá lạnh và vì nạn đói.

Buck stood apart—stronger, smarter, and more savage each day.

Buck nổi bật hơn—mạnh mẽ hơn, thông minh hơn và hung dữ hơn mỗi ngày.

He thrived on hardship, growing to match the northern huskies.

Cậu bé đã vượt qua khó khăn, trưởng thành để sánh ngang với những chú chó husky phương Bắc.

Buck had strength, wild skill, and a patient, deadly instinct.

Buck có sức mạnh, kỹ năng tuyệt vời và bản năng kiên nhẫn, chết người.

The man with the club had beaten rashness out of Buck.

Người đàn ông cầm dùi cui đã đánh cho Buck một trận tơi tả.

Blind fury was gone, replaced by quiet cunning and control.

Cơn thịnh nộ mù quáng đã biến mất, thay vào đó là sự khôn ngoan và kiểm soát thầm lặng.

He waited, calm and primal, watching for the right moment.

Anh ấy chờ đợi, bình tĩnh và nguyên thủy, chờ đợi thời điểm thích hợp.

Their fight for command became unavoidable and clear.

Cuộc chiến giành quyền chỉ huy của họ trở nên rõ ràng và không thể tránh khỏi.

Buck desired leadership because his spirit demanded it.

Buck mong muốn được lãnh đạo vì tinh thần của ông đòi hỏi điều đó.

He was driven by the strange pride born of trail and harness.

Ông bị thúc đẩy bởi niềm kiêu hãnh kỳ lạ sinh ra từ con đường mòn và dây cương.

That pride made dogs pull till they collapsed on the snow.

Lòng kiêu hãnh đó khiến những chú chó kéo xe cho đến khi chúng ngã gục trên tuyết.

Pride lured them into giving all the strength they had.

Lòng kiêu hãnh đã dụ dỗ họ cống hiến hết sức lực mà họ có.

Pride can lure a sled-dog even to the point of death.

Lòng kiêu hãnh có thể dẫn dụ một con chó kéo xe đến cái chết.

Losing the harness left dogs broken and without purpose.

Việc mất dây nịt khiến những chú chó trở nên buồn chán và không có mục đích sống.

The heart of a sled-dog can be crushed by shame when they retire.

Trái tim của một chú chó kéo xe có thể tan vỡ vì xấu hổ khi chúng nghỉ hưu.

Dave lived by that pride as he dragged the sled from behind.

Dave sống với lòng tự hào đó khi anh kéo chiếc xe trượt tuyết từ phía sau.

Solleks, too, gave his all with grim strength and loyalty.

Solleks cũng đã cống hiến hết mình với sức mạnh và lòng trung thành.

Each morning, pride turned them from bitter to determined.

Mỗi buổi sáng, lòng kiêu hãnh đã biến họ từ cay đắng thành quyết tâm.

They pushed all day, then dropped silent at the camp's end.

Họ đẩy xe cả ngày, rồi im lặng khi đến cuối trại.

That pride gave Spitz the strength to beat shirkers into line.

Niềm kiêu hãnh đó đã tiếp thêm sức mạnh cho Spitz để bắt những kẻ trốn tránh phải tuân theo.

Spitz feared Buck because Buck carried that same deep pride.

Spitz sợ Buck vì Buck cũng có lòng kiêu hãnh sâu sắc như vậy.

Buck's pride now stirred against Spitz, and he did not stop.

Lòng kiêu hãnh của Buck giờ đây trỗi dậy chống lại Spitz, và anh không dừng lại.

Buck defied Spitz's power and blocked him from punishing dogs.

Buck bất chấp sức mạnh của Spitz và ngăn cản anh ta trừng phạt những con chó.

When others failed, Buck stepped between them and their leader.

Khi những người khác thất bại, Buck đứng ra giữa họ và thủ lĩnh của họ.

He did this with intent, making his challenge open and clear.

Ông đã làm điều này một cách có chủ đích, đưa ra lời thách thức một cách công khai và rõ ràng.

On one night heavy snow blanketed the world in deep silence.

Một đêm nọ, tuyết rơi dày đặc bao phủ cả thế giới trong sự im lặng sâu thẳm.

The next morning, Pike, lazy as ever, did not rise for work.

Sáng hôm sau, Pike vẫn lười biếng như thường lệ, không dậy đi làm.

He stayed hidden in his nest beneath a thick layer of snow.

Anh ta ẩn mình trong tổ của mình dưới lớp tuyết dày.

François called out and searched, but could not find the dog.

François gọi lớn và tìm kiếm, nhưng không tìm thấy con chó.

Spitz grew furious and stormed through the snow-covered camp.

Spitz nổi giận và lao nhanh qua khu trại phủ đầy tuyết.

He growled and sniffed, digging madly with blazing eyes.

Nó gầm gừ và khịt mũi, đào bới điên cuồng với đôi mắt rực lửa.

His rage was so fierce that Pike shook under the snow in fear.

Cơn thịnh nộ của ông dữ dội đến mức Pike run rẩy dưới tuyết vì sợ hãi.

When Pike was finally found, Spitz lunged to punish the hiding dog.

Khi Pike cuối cùng bị tìm thấy, Spitz lao tới để trừng phạt con chó đang ẩn núp.

But Buck sprang between them with a fury equal to Spitz's own.

Nhưng Buck đã lao vào giữa chúng với cơn thịnh nộ không kém gì Spitz.

The attack was so sudden and clever that Spitz fell off his feet.

Cuộc tấn công diễn ra quá bất ngờ và thông minh đến nỗi Spitz ngã xuống.

Pike, who had been shaking, took courage from this defiance.
Pike, người đang run rẩy, đã lấy lại can đảm từ sự thách thức này.

He leapt on the fallen Spitz, following Buck's bold example.
Anh ta nhảy lên con Spitz đã ngã xuống, làm theo tấm gương táo bạo của Buck.

Buck, no longer bound by fairness, joined the strike on Spitz.
Buck, không còn bị ràng buộc bởi sự công bằng, đã tham gia tấn công Spitz.

François, amused yet firm in discipline, swung his heavy lash.
François, vừa thích thú vừa nghiêm khắc trong kỷ luật, vung roi da nặng nề của mình.

He struck Buck with all his strength to break up the fight.
Anh ta đánh Buck bằng tất cả sức mạnh của mình để chấm dứt cuộc chiến.

Buck refused to move and stayed atop the fallen leader.
Buck từ chối di chuyển và vẫn ở trên người tên thủ lĩnh đã ngã xuống.

François then used the whip's handle, hitting Buck hard.
François sau đó dùng cán roi đánh mạnh vào Buck.

Staggering from the blow, Buck fell back under the assault.
Lảo đảo vì cú đánh, Buck ngã trở lại trong đòn tấn công.

François struck again and again while Spitz punished Pike.
François liên tục tấn công trong khi Spitz trừng phạt Pike.

Days passed, and Dawson City grew nearer and nearer.
Nhiều ngày trôi qua và Dawson City ngày càng đến gần hơn.

Buck kept interfering, slipping between Spitz and other dogs.
Buck liên tục xen vào, chen vào giữa Spitz và những con chó khác.

He chose his moments well, always waiting for François to leave.
Anh ấy đã chọn đúng thời điểm, luôn chờ François rời đi.

Buck's quiet rebellion spread, and disorder took root in the team.

Cuộc nổi loạn âm thầm của Buck lan rộng và sự hỗn loạn bắt đầu xảy ra trong đội.

Dave and Solleks stayed loyal, but others grew unruly.

Dave và Solleks vẫn trung thành, nhưng những người khác thì trở nên hung dữ.

The team grew worse—restless, quarrelsome, and out of line.

Đội bóng ngày càng tệ hơn—bồn chồn, hay cãi vã và mất kiểm soát.

Nothing worked smoothly anymore, and fights became common.

Không còn việc gì diễn ra suôn sẻ nữa và việc đánh nhau trở nên thường xuyên.

Buck stayed at the heart of the trouble, always provoking unrest.

Buck luôn là tâm điểm của mọi rắc rối, luôn gây ra sự bất ổn.

François stayed alert, afraid of the fight between Buck and Spitz.

François vẫn cảnh giác, lo sợ cuộc chiến giữa Buck và Spitz.

Each night, scuffles woke him, fearing the beginning finally arrived.

Mỗi đêm, tiếng ấu đả lại đánh thức ông, lo sợ rằng ngày tận thế cuối cùng cũng đến.

He leapt from his robe, ready to break up the fight.

Anh ta nhảy ra khỏi áo choàng, sẵn sàng chấm dứt cuộc chiến.

But the moment never came, and they reached Dawson at last.

Nhưng khoảnh khắc đó đã không bao giờ đến và cuối cùng họ cũng đến Dawson.

The team entered the town one bleak afternoon, tense and quiet.

Đội tiến vào thị trấn vào một buổi chiều ảm đạm, căng thẳng và im ắng.

The great battle for leadership still hung in the frozen air.

Cuộc chiến giành quyền lãnh đạo vẫn còn diễn ra trong bầu không khí giá lạnh.

Dawson was full of men and sled-dogs, all busy with work.

Dawson chật kín người và chó kéo xe, tất cả đều bận rộn với công việc.

Buck watched the dogs pull loads from morning until night.

Buck quan sát đàn chó kéo xe từ sáng đến tối.

They hauled logs and firewood, freighted supplies to the mines.

Họ kéo gỗ và củi, vận chuyển hàng tiếp tế đến các mỏ.

Where horses once worked in the Southland, dogs now labored.

Nơi mà ngựa từng làm việc ở miền Nam, giờ đây chó đảm nhiệm công việc lao động.

Buck saw some dogs from the South, but most were wolf-like huskies.

Buck nhìn thấy một số con chó từ miền Nam, nhưng phần lớn là chó husky trông giống sói.

At night, like clockwork, the dogs raised their voices in song.

Vào ban đêm, đúng như dự kiến, đàn chó cất tiếng hót líu lo.

At nine, at midnight, and again at three, the singing began.

Vào lúc chín giờ, nửa đêm và ba giờ, tiếng hát bắt đầu vang lên.

Buck loved joining their eerie chant, wild and ancient in sound.

Buck thích tham gia vào bài thánh ca kỳ lạ của họ, với âm thanh hoang dã và cổ xưa.

The aurora flamed, stars danced, and snow blanketed the land.

Cực quang rực sáng, các ngôi sao nhảy múa và tuyết phủ kín mặt đất.

The dogs' song rose as a cry against silence and bitter cold.

Tiếng hát của những chú chó vang lên như tiếng kêu chống lại sự im lặng và cái lạnh buốt giá.

But their howl held sorrow, not defiance, in every long note.

Nhưng tiếng hú của chúng chứa đựng nỗi buồn chứ không phải sự thách thức trong mỗi nốt nhạc dài.

Each wailing cry was full of pleading; the burden of life itself.

Mỗi tiếng kêu than đều đầy sự van xin; gánh nặng của chính cuộc sống.

That song was old—older than towns, and older than fires

Bài hát đó đã cũ rồi—cũ hơn cả thị trấn, và cũ hơn cả ngọn lửa

That song was more ancient even than the voices of men.

Bài hát đó thậm chí còn cổ xưa hơn cả giọng nói của con người.

It was a song from the young world, when all songs were sad.

Đó là một bài hát của thế giới non trẻ, khi mọi bài hát đều buồn.

The song carried sorrow from countless generations of dogs.

Bài hát mang theo nỗi buồn của vô số thế hệ chó.

Buck felt the melody deeply, moaning from pain rooted in the ages.

Buck cảm nhận sâu sắc giai điệu đó, rên rỉ vì nỗi đau đã ăn sâu vào tuổi tác.

He sobbed from a grief as old as the wild blood in his veins.

Ông nức nở vì nỗi đau buồn sâu sắc như dòng máu hoang dã trong huyết quản của ông.

The cold, the dark, and the mystery touched Buck's soul.

Cái lạnh, bóng tối và sự bí ẩn đã chạm đến tâm hồn Buck.

That song proved how far Buck had returned to his origins.

Bài hát đó chứng minh Buck đã quay trở về nguồn cội của mình đến mức nào.

Through snow and howling he had found the start of his own life.

Qua tuyết rơi và tiếng hú, anh đã tìm thấy sự khởi đầu cho cuộc sống của mình.

Seven days after arriving in Dawson, they set off once again.

Bảy ngày sau khi đến Dawson, họ lại lên đường một lần nữa.

The team dropped from the Barracks down to the Yukon Trail.

Đội đổ bộ từ Trại lính xuống Đường mòn Yukon.

They began the journey back toward Dyea and Salt Water.

Họ bắt đầu hành trình quay trở lại Dyea và Salt Water.

Perrault carried dispatches even more urgent than before.

Perrault chuyển những công văn thậm chí còn khẩn cấp hơn trước.

He was also seized by trail pride and aimed to set a record.

Ông cũng bị cuốn hút bởi lòng tự hào về con đường mòn và muốn lập kỷ lục.

This time, several advantages were on Perrault's side.

Lần này, Perrault có nhiều lợi thế.

The dogs had rested for a full week and regained their strength.

Những chú chó đã nghỉ ngơi suốt một tuần và lấy lại sức lực.

The trail they had broken was now hard-packed by others.

Con đường mà họ đã mở ra giờ đã được những người khác lấp kín.

In places, police had stored food for dogs and men alike.

Ở một số nơi, cảnh sát đã tích trữ thức ăn cho cả chó và người.

Perrault traveled light, moving fast with little to weigh him down.

Perrault di chuyển nhẹ nhàng, nhanh chóng mà không cần mang theo nhiều đồ đạc.

They reached Sixty-Mile, a fifty-mile run, by the first night.

Vào đêm đầu tiên, họ đã đến Sixty-Mile, một chặng chạy dài năm mươi dặm.

On the second day, they rushed up the Yukon toward Pelly.

Vào ngày thứ hai, họ vội vã đi ngược sông Yukon về phía Pelly.

But such fine progress came with much strain for François.

Nhưng sự tiến triển tốt đẹp đó cũng đi kèm với nhiều căng thẳng cho François.

Buck's quiet rebellion had shattered the team's discipline.

Sự nổi loạn âm thầm của Buck đã phá vỡ kỷ luật của đội.

They no longer pulled together like one beast in the reins.

Họ không còn đoàn kết như một con thú cùng chung dây cương nữa.

Buck had led others into defiance through his bold example.

Buck đã dẫn dắt những người khác vào cuộc thách thức bằng tấm gương táo bạo của mình.

Spitz's command was no longer met with fear or respect.

Mệnh lệnh của Spitz không còn được đáp lại bằng sự sợ hãi hay tôn trọng nữa.

The others lost their awe of him and dared to resist his rule.

Những người khác không còn kính sợ ông nữa và dám chống lại sự cai trị của ông.

One night, Pike stole half a fish and ate it under Buck's eye.

Một đêm nọ, Pike đã đánh cắp nửa con cá và ăn nó ngay trước mắt Buck.

Another night, Dub and Joe fought Spitz and went unpunished.

Một đêm khác, Dub và Joe chiến đấu với Spitz và không bị trừng phạt.

Even Billee whined less sweetly and showed new sharpness.

Ngay cả Billee cũng ít than vãn hơn và thể hiện sự sắc sảo mới.

Buck snarled at Spitz every time they crossed paths.

Buck gầm gừ với Spitz mỗi lần họ chạm trán nhau.

Buck's attitude grew bold and threatening, nearly like a bully.

Thái độ của Buck trở nên táo bạo và đe dọa, gần giống như một kẻ bắt nạt.

He paced before Spitz with a swagger, full of mocking menace.

Anh ta bước tới trước Spitz với dáng vẻ vênh váo, đầy vẻ đe dọa chế giễu.

That collapse of order also spread among the sled-dogs.

Sự sụp đổ của trật tự đó cũng lan rộng đến cả những chú chó kéo xe.

They fought and argued more than ever, filling camp with noise.

Họ đánh nhau và tranh cãi nhiều hơn bao giờ hết, khiến cho trại trở nên ồn ào.

Camp life turned into a wild, howling chaos each night.

Cuộc sống trong trại trở nên hỗn loạn, gào thét mỗi đêm.

Only Dave and Solleks remained steady and focused.

Chỉ có Dave và Solleks vẫn giữ được sự bình tĩnh và tập trung.

But even they became short-tempered from the constant brawls.

Nhưng ngay cả họ cũng trở nên nóng tính vì những cuộc ẩu đả liên miên.

François cursed in strange tongues and stomped in frustration.

François chửi thề bằng những ngôn ngữ lạ và giậm chân vì thất vọng.

He tore at his hair and shouted while snow flew underfoot.

Anh ta giật tóc và hét lên trong khi tuyết bay tung tóe dưới chân.

His whip snapped across the pack but barely kept them in line.

Chiếc roi của anh quất mạnh vào bầy đàn nhưng hầu như không giữ được chúng đi đúng hàng.

Whenever his back was turned, the fighting broke out again.

Mỗi khi anh quay lưng lại, cuộc chiến lại nổ ra lần nữa.

François used the lash for Spitz, while Buck led the rebels.

François dùng roi quất Spitz, trong khi Buck chỉ huy quân nổi loạn.

Each knew the other's role, but Buck avoided any blame.

Mỗi người đều biết vai trò của người kia, nhưng Buck lại tránh né mọi lời đổ lỗi.

François never caught Buck starting a fight or shirking his job.

François chưa bao giờ thấy Buck gây gổ hay trốn tránh công việc.

Buck worked hard in harness—the toil now thrilled his spirit.

Buck làm việc chăm chỉ trong bộ đồ kéo xe—công việc vất vả giờ đây làm tinh thần anh phấn chấn.

But he found even more joy in stirring fights and chaos in camp.

Nhưng ông ta còn tìm thấy niềm vui lớn hơn khi gây ra những cuộc ẩu đả và hỗn loạn trong trại.

At the Tahkeena's mouth one evening, Dub startled a rabbit.

Một buổi tối nọ, tại cửa sông Tahkeena, Dub đã làm một chú thỏ giật mình.

He missed the catch, and the snowshoe rabbit sprang away.

Anh ta bắt trượt và con thỏ đi giày tuyết đã chạy mất.

In seconds, the entire sled team gave chase with wild cries.

Chỉ trong vài giây, toàn bộ đội xe trượt tuyết đã đuổi theo với tiếng reo hò phấn khích.

Nearby, a Northwest Police camp housed fifty husky dogs.

Gần đó, trại cảnh sát Tây Bắc nuôi năm mươi chú chó husky.

They joined the hunt, surging down the frozen river together.

Họ cùng nhau tham gia cuộc săn đuổi, lao xuống dòng sông đóng băng.

The rabbit turned off the river, fleeing up a frozen creek bed.

Con thỏ rời khỏi dòng sông và chạy trốn lên lòng suối đóng băng.

The rabbit skipped lightly over snow while the dogs struggled through.

Con thỏ nhảy nhẹ nhàng trên tuyết trong khi những con chó phải vật lộn để vượt qua.

Buck led the massive pack of sixty dogs around each twisting bend.

Buck dẫn đầu đàn chó khổng lồ gồm sáu mươi con chạy quanh mỗi khúc cua quanh co.

He pushed forward, low and eager, but could not gain ground.

Anh ta tiến về phía trước, thấp người và hăm hở, nhưng không thể tiến xa hơn được.

His body flashed under the pale moon with each powerful leap.

Cơ thể anh ta lóe lên dưới ánh trăng nhợt nhạt với mỗi bước nhảy mạnh mẽ.

Ahead, the rabbit moved like a ghost, silent and too fast to catch.

Phía trước, con thỏ di chuyển như một bóng ma, im lặng và quá nhanh để có thể đuổi kịp.

All those old instincts—the hunger, the thrill—rushed through Buck.

Tất cả những bản năng cũ - cơn đói, sự hồi hộp - ùa về trong Buck.

Humans feel this instinct at times, driven to hunt with gun and bullet.

Đôi khi con người cảm thấy bản năng này thúc đẩy họ đi săn bằng súng và đạn.

But Buck felt this feeling on a deeper and more personal level.

Nhưng Buck cảm thấy cảm giác này ở mức độ sâu sắc và cá nhân hơn.

They could not feel the wild in their blood the way Buck could feel it.

Họ không thể cảm nhận được sự hoang dã trong dòng máu của mình như Buck cảm nhận được.

He chased living meat, ready to kill with his teeth and taste blood.

Anh ta đuổi theo những con mồi sống, sẵn sàng giết chóc bằng răng và nếm máu.

His body strained with joy, wanting to bathe in warm red life.

Cơ thể anh căng ra vì vui sướng, muốn tắm mình trong sự sống đỏ ấm áp.

A strange joy marks the highest point life can ever reach.

Một niềm vui kỳ lạ đánh dấu đỉnh cao nhất mà cuộc sống có thể đạt tới.

The feeling of a peak where the living forget they are even alive.

Cảm giác ở đỉnh cao mà người sống quên mất rằng họ đang còn sống.

This deep joy touches the artist lost in blazing inspiration.
Niềm vui sâu sắc này chạm đến người nghệ sĩ đang đắm chìm trong cảm hứng cháy bỏng.

This joy seizes the soldier who fights wildly and spares no foe.
Niềm vui này chiếm lấy người lính chiến đấu dữ dội và không tha cho kẻ thù.

This joy now claimed Buck as he led the pack in primal hunger.
Niềm vui này giờ đây đã chiếm lấy Buck khi nó dẫn đầu bầy đàn trong cơn đói nguyên thủy.

He howled with the ancient wolf-cry, thrilled by the living chase.
Anh ta hú lên bằng tiếng hú cổ xưa của loài sói, thích thú với cuộc rượt đuổi sống động.

Buck tapped into the oldest part of himself, lost in the wild.
Buck đã chạm đến phần già nua nhất của bản thân, lạc lõng giữa chốn hoang dã.

He reached deep within, past memory, into raw, ancient time.
Anh ấy đã chạm sâu vào bên trong, vượt qua ký ức, vào thời gian thô sơ, cổ xưa.

A wave of pure life surged through every muscle and tendon.
Một làn sóng sức sống tràn ngập khắp mọi cơ bắp và gân cốt.

Each leap shouted that he lived, that he moved through death.
Mỗi bước nhảy vọt như hét lên rằng anh ta vẫn sống, rằng anh ta đã vượt qua cái chết.

His body soared joyfully over still, cold land that never stirred.
Cơ thể anh ta vui sướng bay vút lên vùng đất lạnh lẽo, tĩnh lặng và không bao giờ chuyển động.

Spitz stayed cold and cunning, even in his wildest moments.
Spitz vẫn lạnh lùng và xảo quyệt, ngay cả trong những khoảnh khắc điên rồ nhất.

He left the trail and crossed land where the creek curved wide.

Anh ta rời khỏi đường mòn và băng qua vùng đất có con suối cong rộng.

Buck, unaware of this, stayed on the rabbit's winding path.

Buck, không biết điều này, vẫn đi theo con đường quanh co của chú thỏ.

Then, as Buck rounded a bend, the ghost-like rabbit was before him.

Sau đó, khi Buck rẽ qua một khúc cua, con thỏ trông giống như bóng ma đã xuất hiện trước mặt anh.

He saw a second figure leap from the bank ahead of the prey.

Anh ta nhìn thấy một bóng người thứ hai nhảy ra khỏi bờ phía trước con mồi.

The figure was Spitz, landing right in the path of the fleeing rabbit.

Bóng người đó chính là Spitz, đáp xuống đúng đường đi của con thỏ đang bỏ chạy.

The rabbit could not turn and met Spitz's jaws in mid-air.

Con thỏ không thể quay lại và đâm sầm vào hàm của Spitz giữa không trung.

The rabbit's spine broke with a shriek as sharp as a dying human's cry.

Xương sống của con thỏ gãy ra với tiếng thét chói tai như tiếng kêu của một người sắp chết.

At that sound—the fall from life to death—the pack howled loud.

Khi nghe thấy âm thanh đó—tiếng rơi từ sự sống xuống cái chết—cả bầy hú lên dữ dội.

A savage chorus rose from behind Buck, full of dark delight.

Một điệp khúc man rợ vang lên phía sau Buck, đầy vẻ thích thú đen tối.

Buck gave no cry, no sound, and charged straight into Spitz.

Buck không hề kêu la, không một tiếng động, mà lao thẳng vào Spitz.

He aimed for the throat, but struck the shoulder instead.

Anh ta nhắm vào cổ họng nhưng lại trúng vào vai.

They tumbled through soft snow; their bodies locked in combat.

Họ lăn qua lớp tuyết mềm; cơ thể họ khóa chặt trong chiến đấu.

Spitz sprang up quickly, as if never knocked down at all.

Spitz bật dậy nhanh chóng, như thể chưa từng bị đánh ngã.

He slashed Buck's shoulder, then leaped clear of the fight.

Anh ta chém vào vai Buck rồi nhảy ra khỏi cuộc chiến.

Twice his teeth snapped like steel traps, lips curled and fierce.

Hai lần răng hắn cắn vào nhau như những cái bẫy thép, đôi môi cong lên và dữ tợn.

He backed away slowly, seeking firm ground under his feet.

Anh ta từ từ lùi lại, tìm kiếm nền đất vững chắc dưới chân mình.

Buck understood the moment instantly and fully.

Buck hiểu ngay lập tức và trọn vẹn khoảnh khắc đó.

The time had come; the fight was going to be a fight to the death.

Thời khắc đó đã đến; cuộc chiến sẽ là cuộc chiến sinh tử.

The two dogs circled, growling, ears flat, eyes narrowed.

Hai con chó chạy vòng tròn, gầm gừ, tai cụp xuống, mắt nheo lại.

Each dog waited for the other to show weakness or misstep.

Mỗi con chó chờ đợi con kia tỏ ra yếu đuối hoặc phạm sai lầm.

To Buck, the scene felt eerily known and deeply remembered.

Với Buck, cảnh tượng đó có cảm giác quen thuộc đến kỳ lạ và được ghi nhớ sâu sắc.

The white woods, the cold earth, the battle under moonlight.

Rừng trắng, đất lạnh, trận chiến dưới ánh trăng.

A heavy silence filled the land, deep and unnatural.

Một sự im lặng nặng nề bao trùm khắp vùng đất, sâu thẳm và không tự nhiên.

No wind stirred, no leaf moved, no sound broke the stillness.

Không có cơn gió nào thổi, không có chiếc lá nào lay động, không có âm thanh nào phá vỡ sự tĩnh lặng.

The dogs' breaths rose like smoke in the frozen, quiet air.

Hơi thở của những chú chó bốc lên như khói trong bầu không khí lạnh giá và tĩnh lặng.

The rabbit was long forgotten by the pack of wild beasts.

Loài thỏ đã bị bầy thú hoang lãng quên từ lâu.

These half-tamed wolves now stood still in a wide circle.

Những con sói đã được thuần hóa một nửa này hiện đang đứng yên thành một vòng tròn rộng.

They were quiet, only their glowing eyes revealed their hunger.

Họ im lặng, chỉ có đôi mắt sáng rực cho thấy sự đói khát của họ.

Their breath drifted upward, watching the final fight begin.

Hơi thở của họ dồn dập hơn, dõi theo trận chiến cuối cùng bắt đầu.

To Buck, this battle was old and expected, not strange at all.

Với Buck, trận chiến này là chuyện thường tình và đã được dự đoán trước, không hề lạ lẫm chút nào.

It felt like a memory of something always meant to happen.

Cảm giác như là ký ức về một điều gì đó luôn luôn xảy ra.

Spitz was a trained fighting dog, honed by countless wild brawls.

Spitz là một chú chó chiến đấu được huấn luyện, được tôi luyện qua vô số cuộc ẩu đả dữ dội.

From Spitzbergen to Canada, he had mastered many foes.

Từ Spitzbergen đến Canada, ông đã đánh bại được nhiều kẻ thù.

He was filled with fury, but never gave control to rage.

Ông ta đầy giận dữ, nhưng không bao giờ kiểm soát được cơn thịnh nộ.

His passion was sharp, but always tempered by hard instinct.

Niềm đam mê của ông rất mãnh liệt, nhưng luôn được kiềm chế bởi bản năng cứng rắn.

He never attacked until his own defense was in place.

Ông không bao giờ tấn công cho đến khi có được sự phòng thủ cần thiết.

Buck tried again and again to reach Spitz's vulnerable neck.
Buck liên tục cố gắng chạm tới vùng cổ yếu ớt của Spitz.

But every strike was met by a slash from Spitz's sharp teeth.
Nhưng mỗi đòn tấn công đều bị đáp trả bằng hàm răng sắc nhọn của Spitz.

Their fangs clashed, and both dogs bled from torn lips.
Răng nanh của chúng va vào nhau và cả hai con chó đều chảy máu từ đôi môi bị rách.

No matter how Buck lunged, he couldn't break the defense.
Bất kể Buck có lao tới thế nào, anh cũng không thể phá vỡ được hàng phòng ngự.

He grew more furious, rushing in with wild bursts of power.
Anh ta càng trở nên giận dữ hơn, lao vào với những cú bùng nổ sức mạnh dữ dội.

Again and again, Buck struck for the white throat of Spitz.
Buck liên tục tấn công vào cái cổ họng trắng của Spitz.

Each time Spitz evaded and struck back with a slicing bite.
Mỗi lần Spitz đều né tránh và phản công bằng một cú cắn mạnh.

Then Buck shifted tactics, rushing as if for the throat again.
Sau đó Buck thay đổi chiến thuật, lao tới như thể muốn nhắm vào cổ họng hắn lần nữa.

But he pulled back mid-attack, turning to strike from the side.
Nhưng anh ta đã rút lui giữa chừng và chuyển sang tấn công từ bên hông.

He threw his shoulder into Spitz, aiming to knock him down.
Anh ta đập vai vào Spitz với mục đích đánh ngã anh ta.

Each time he tried, Spitz dodged and countered with a slash.
Mỗi lần Spitz cố gắng, anh ta đều né tránh và phản công bằng một cú chém.

Buck's shoulder grew raw as Spitz leapt clear after every hit.
Vai của Buck đau nhức khi Spitz nhảy tránh sau mỗi đòn đánh.

Spitz had not been touched, while Buck bled from many wounds.

Spitz không hề bị ảnh hưởng, trong khi Buck thì chảy máu từ nhiều vết thương.

Buck's breath came fast and heavy, his body slick with blood.

Hơi thở của Buck trở nên gấp gáp và nặng nề, cơ thể anh trơn bóng vì máu.

The fight turned more brutal with each bite and charge.

Cuộc chiến trở nên tàn khốc hơn sau mỗi lần cắn và tấn công.

Around them, sixty silent dogs waited for the first to fall.

Xung quanh họ, sáu mươi con chó im lặng chờ đợi con đầu tiên ngã xuống.

If one dog dropped, the pack were going to finish the fight.

Nếu một con chó gục ngã, cả bầy sẽ kết thúc cuộc chiến.

Spitz saw Buck weakening, and began to press the attack.

Spitz thấy Buck yếu đi nên bắt đầu tấn công.

He kept Buck off balance, forcing him to fight for footing.

Anh ta làm Buck mất thăng bằng, buộc Buck phải chiến đấu để giữ thăng bằng.

Once Buck stumbled and fell, and all the dogs rose up.

Có lần Buck vấp ngã và tất cả đàn chó đều đứng dậy.

But Buck righted himself mid-fall, and everyone sank back down.

Nhưng Buck đã tự đứng dậy giữa chừng khi ngã, và mọi người lại ngã xuống.

Buck had something rare—imagination born from deep instinct.

Buck có một điều hiếm có - trí tưởng tượng nảy sinh từ bản năng sâu xa.

He fought by natural drive, but he also fought with cunning.

Ông chiến đấu bằng bản năng tự nhiên, nhưng cũng bằng sự khôn ngoan.

He charged again as if repeating his shoulder attack trick.

Anh ta lại lao tới như thể đang lặp lại chiêu tấn công bằng vai của mình.

But at the last second, he dropped low and swept beneath Spitz.

Nhưng vào giây cuối cùng, anh ta lao xuống thấp và lướt qua Spitz.

His teeth locked on Spitz's front left leg with a snap.

Răng của anh ta cắn phập vào chân trước bên trái của Spitz.

Spitz now stood unsteady, his weight on only three legs.

Spitz lúc này đứng không vững, toàn bộ trọng lượng cơ thể chỉ dồn lên ba chân.

Buck struck again, tried three times to bring him down.

Buck lại tấn công, cố gắng ba lần để hạ gục hắn.

On the fourth attempt he used the same move with success

Ở lần thử thứ tư, anh ấy đã sử dụng động tác tương tự và thành công

This time Buck managed to bite the right leg of Spitz.

Lần này Buck đã cắn trúng chân phải của Spitz.

Spitz, though crippled and in agony, kept struggling to survive.

Spitz, mặc dù bị tàn tật và đau đớn, vẫn tiếp tục đấu tranh để sinh tồn.

He saw the circle of huskies tighten, tongues out, eyes glowing.

Anh thấy vòng tròn chó husky siết chặt lại, lưỡi thè ra, mắt sáng lên.

They waited to devour him, just as they had done to others.

Họ chờ đợi để nuốt chửng anh ta, giống như họ đã làm với những người khác.

This time, he stood in the center; defeated and doomed.

Lần này, anh ta đứng ở trung tâm; thất bại và tuyệt vọng.

There was no option to escape for the white dog now.

Lúc này, con chó trắng không còn cách nào thoát được nữa.

Buck showed no mercy, for mercy did not belong in the wild.

Buck không hề tỏ ra thương xót, vì thương xót không phải là hành động phù hợp trong thế giới hoang dã.

Buck moved carefully, setting up for the final charge.

Buck di chuyển cẩn thận, chuẩn bị cho đòn tấn công cuối cùng.

The circle of huskies closed in; he felt their warm breaths.
Vòng tròn chó husky khép lại; anh cảm nhận được hơi thở ấm áp của chúng.

They crouched low, prepared to spring when the moment came.
Họ khom người xuống, chuẩn bị sẵn sàng nhảy lên khi thời cơ đến.

Spitz quivered in the snow, snarling and shifting his stance.
Spitz run rẩy trong tuyết, gầm gừ và thay đổi tư thế.

His eyes glared, lips curled, teeth flashing in desperate threat.
Đôi mắt anh ta trừng trừng, môi cong lên, hàm răng nhe ra đầy đe dọa.

He staggered, still trying to hold off the cold bite of death.
Anh ta loạng choạng, vẫn cố gắng chống lại cái lạnh buốt giá của tử thần.

He had seen this before, but always from the winning side.
Anh đã từng chứng kiến cảnh này trước đây, nhưng luôn là ở phía chiến thắng.

Now he was on the losing side; the defeated; the prey; death.
Bây giờ anh ta ở bên thua cuộc; kẻ bị đánh bại; con mồi; cái chết.

Buck circled for the final blow, the ring of dogs pressed closer.
Buck vòng lại để ra đòn kết liễu, đàn chó càng lúc càng tiến gần hơn.

He could feel their hot breaths; ready for the kill.
Anh có thể cảm nhận được hơi thở nóng hổi của chúng; sẵn sàng giết chóc.

A stillness fell; all was in its place; time had stopped.
Sự tĩnh lặng bao trùm; mọi thứ trở về đúng vị trí của nó; thời gian đã ngừng trôi.

Even the cold air between them froze for one last moment.
Ngay cả không khí lạnh lẽo giữa họ cũng đóng băng trong khoảnh khắc cuối cùng.

Only Spitz moved, trying to hold off his bitter end.

Chỉ có Spitz di chuyển, cố gắng kìm nén cái kết đau đớn của mình.

The circle of dogs was closing in around him, as was his destiny.

Vòng tròn chó đang khép lại xung quanh anh, cũng giống như số phận của anh vậy.

He was desperate now, knowing what was about to happen.

Lúc này anh ấy tuyệt vọng khi biết chuyện gì sắp xảy ra.

Buck sprang in, shoulder met shoulder one last time.

Buck lao vào, vai chạm vai lần cuối.

The dogs surged forward, covering Spitz in the snowy dark.

Đàn chó lao về phía trước, phủ kín Spitz trong bóng tối phủ đầy tuyết.

Buck watched, standing tall; the victor in a savage world.

Buck đứng đó quan sát; người chiến thắng trong thế giới hoang dã.

The dominant primordial beast had made its kill, and it was good.

Con thú nguyên thủy thống trị đã giết chết con mồi và điều đó thật tuyệt.

He, Who Has Won to Mastership
Người đã đạt đến bậc thầy

"Eh? What did I say? I speak true when I say Buck is a devil."

"Hả? Tôi đã nói gì cơ? Tôi nói đúng khi nói Buck là một con quỷ."

François said this the next morning after finding Spitz missing.

François đã nói như vậy vào sáng hôm sau sau khi phát hiện Spitz mất tích.

Buck stood there, covered with wounds from the vicious fight.

Buck đứng đó, mình đầy vết thương từ cuộc chiến dữ dội.

François pulled Buck near the fire and pointed at the injuries.

François kéo Buck lại gần đống lửa và chỉ vào vết thương.

"That Spitz fought like the Devik," said Perrault, eyeing the deep gashes.

"Con Spitz đó chiến đấu giống như con Devik vậy," Perrault nói, mắt nhìn vào những vết rạch sâu.

"And that Buck fought like two devils," François replied at once.

"Và Buck đã chiến đấu như hai con quỷ," François trả lời ngay.

"Now we will make good time; no more Spitz, no more trouble."

"Bây giờ chúng ta sẽ đi đúng hướng; không còn Spitz nữa, không còn rắc rối nữa."

Perrault was packing the gear and loaded the sled with care.

Perrault đang đóng gói đồ đạc và chất lên xe trượt tuyết một cách cẩn thận.

François harnessed the dogs in preparation for the day's run.

François chuẩn bị dây cương cho đàn chó để chạy trong ngày.

Buck trotted straight to the lead position once held by Spitz.

Buck chạy thẳng đến vị trí dẫn đầu mà Spitz từng nắm giữ.

But François, not noticing, led Solleks forward to the front.

Nhưng François không để ý đến điều đó mà dẫn Solleks tiến lên phía trước.

In François's judgment, Solleks was now the best lead-dog.

Theo đánh giá của François, Solleks hiện là người dẫn đầu tốt nhất.

Buck sprang at Solleks in fury and drove him back in protest.

Buck tức giận lao vào Solleks và đẩy anh ta lùi lại để phản đối.

He stood where Spitz once had stood, claiming the lead position.

Anh ta đứng ở vị trí mà Spitz từng đứng, khẳng định vị trí dẫn đầu.

"Eh? Eh?" cried François, slapping his thighs in amusement.

"Hả? Hả?" François kêu lên, vỗ đùi vì thích thú.

"Look at Buck—he killed Spitz, now he wants to take the job!"

"Nhìn Buck kìa—nó đã giết Spitz, giờ nó lại muốn cướp công việc đó!"

"Go away, Chook!" he shouted, trying to drive Buck away.

"Đi đi, Chook!" anh hét lên, cố gắng đuổi Buck đi.

But Buck refused to move and stood firm in the snow.

Nhưng Buck từ chối di chuyển và đứng yên trên tuyết.

François grabbed Buck by the scruff, dragging him aside.

François túm lấy gáy Buck và kéo nó sang một bên.

Buck growled low and threateningly but did not attack.

Buck gầm gừ một cách đe dọa nhưng không tấn công.

François put Solleks back in the lead, trying to settle the dispute

François đưa Solleks trở lại vị trí dẫn đầu, cố gắng giải quyết tranh chấp

The old dog showed fear of Buck and didn't want to stay.

Con chó già tỏ ra sợ Buck và không muốn ở lại.

When François turned his back, Buck drove Solleks out again.

Khi François quay lưng lại, Buck lại đuổi Solleks ra ngoài.

Solleks did not resist and quietly stepped aside once more.

Solleks không chống cự mà lặng lẽ bước sang một bên lần nữa.

François grew angry and shouted, "By God, I fix you!"

François nổi giận và hét lên, "Lạy Chúa, ta sẽ xử lý ngươi!"

He came toward Buck holding a heavy club in his hand.

Anh ta tiến về phía Buck, trên tay cầm một cây gậy nặng.

Buck remembered the man in the red sweater well.

Buck nhớ rất rõ người đàn ông mặc áo len đỏ.

He retreated slowly, watching François, but growling deeply.

Anh ta từ từ lùi lại, nhìn François nhưng vẫn gầm gừ dữ dội.

He did not rush back, even when Solleks stood in his place.

Anh ta không hề vội vã quay lại, ngay cả khi Solleks đứng vào vị trí của anh ta.

Buck circled just beyond reach, snarling in fury and protest.

Buck bay vòng ra ngoài tầm với, gầm gừ vì giận dữ và phản đối.

He kept his eyes on the club, ready to dodge if François threw.

Anh ta luôn nhìn về phía cây gậy, sẵn sàng né tránh nếu François ném bóng.

He had grown wise and wary in the ways of men with weapons.

Anh đã trở nên khôn ngoan và cảnh giác hơn với cách cư xử của những người đàn ông có vũ khí.

François gave up and called Buck to his former place again.

François bỏ cuộc và gọi Buck trở lại chỗ cũ.

But Buck stepped back cautiously, refusing to obey the order.

Nhưng Buck thận trọng lùi lại, từ chối tuân theo lệnh.

François followed, but Buck only retreated a few steps more.

François đi theo, nhưng Buck chỉ lùi lại thêm vài bước.

After some time, François threw the weapon down in frustration.

Một lúc sau, François ném vũ khí xuống vì tức giận.

He thought Buck feared a beating and was going to come quietly.

Anh ta nghĩ Buck sợ bị đánh và sẽ lặng lẽ đi tới.

But Buck wasn't avoiding punishment — he was fighting for rank.

Nhưng Buck không tránh khỏi hình phạt mà anh đang chiến đấu vì thứ hạng.

He had earned the lead-dog spot through a fight to the death

Anh ấy đã giành được vị trí dẫn đầu thông qua một cuộc chiến đấu đến chết

he was not going to settle for anything less than being the leader.

ông ấy sẽ không chấp nhận bất cứ điều gì thấp hơn vị trí lãnh đạo.

Perrault took a hand in the chase to help catch the rebellious Buck.

Perrault đã tham gia vào cuộc rượt đuổi để giúp bắt chú Buck nổi loạn.

Together, they ran him around the camp for nearly an hour.

Họ cùng nhau chạy đưa anh ta đi vòng quanh trại trong gần một giờ.

They hurled clubs at him, but Buck dodged each one skillfully.

Họ ném gậy vào anh, nhưng Buck đều né được một cách khéo léo.

They cursed him, his ancestors, his descendants, and every hair on him.

Họ nguyền rủa ông, tổ tiên ông, con cháu ông, và từng sợi tóc trên người ông.

But Buck only snarled back and stayed just out of their reach.

Nhưng Buck chỉ gầm gừ đáp trả và đứng ngoài tầm với của họ.

He never tried to run away but circled the camp deliberately.

Anh ta không hề cố chạy trốn mà cố tình đi vòng quanh trại.

He made it clear he was going to obey once they gave him what he wanted.

Ông ấy nói rõ rằng ông ấy sẽ tuân theo một khi họ cho ông ấy
thứ ông ấy muốn.

François finally sat down and scratched his head in
frustration.

Cuối cùng François ngồi xuống và gãi đầu vì thất vọng.

Perrault checked his watch, swore, and muttered about lost
time.

Perrault kiểm tra đồng hồ, chửi thề và lẩm bẩm về thời gian
đã mất.

An hour had already passed when they should have been on
the trail.

Một giờ đã trôi qua khi họ đáng lẽ phải đi theo dấu vết.

François shrugged sheepishly at the courier, who sighed in
defeat.

François nhún vai ngượng ngùng với người đưa thư, người
này thở dài thất bại.

Then François walked to Solleks and called out to Buck once
more.

Sau đó François bước đến chỗ Solleks và gọi Buck một lần
nữa.

Buck laughed like a dog laughs, but kept his cautious
distance.

Buck cười như một chú chó cười, nhưng vẫn giữ khoảng cách
thận trọng.

François removed Solleks's harness and returned him to his
spot.

François tháo dây cương của Solleks và đưa nó trở về vị trí cũ.

The sled team stood fully harnessed, with only one spot
unfilled.

Đội xe trượt tuyết đã được trang bị đầy đủ, chỉ còn một chỗ
trống.

The lead position remained empty, clearly meant for Buck
alone.

Vị trí dẫn đầu vẫn còn trống, rõ ràng là chỉ dành cho một
mình Buck.

François called again, and again Buck laughed and held his
ground.

François gọi lần nữa và Buck lại cười và đứng nguyên tại chỗ.

"Throw down the club," Perrault ordered without hesitation.

"Ném cây gậy xuống," Perrault ra lệnh mà không chút do dự.

François obeyed, and Buck immediately trotted forward proudly.

François vâng lời, và Buck ngay lập tức chạy về phía trước một cách kiêu hãnh.

He laughed triumphantly and stepped into the lead position.

Anh ta cười đắc thắng và bước lên vị trí dẫn đầu.

François secured his traces, and the sled was broken loose.

François đã cố định được dây kéo và chiếc xe trượt tuyết đã bị phá vỡ.

Both men ran alongside as the team raced onto the river trail.

Cả hai người đàn ông chạy song song khi cả đội đua vào đường mòn ven sông.

François had thought highly of Buck's "two devils,"

François đã đánh giá cao "hai con quỷ" của Buck,

but he soon realized he had actually underestimated the dog.

nhưng anh ta sớm nhận ra rằng thực ra anh ta đã đánh giá thấp con chó.

Buck quickly assumed leadership and performed with excellence.

Buck nhanh chóng đảm nhiệm vai trò lãnh đạo và thực hiện nhiệm vụ một cách xuất sắc.

In judgment, quick thinking, and fast action, Buck surpassed Spitz.

Về khả năng phán đoán, tư duy nhanh nhạy và hành động nhanh, Buck đã vượt trội hơn Spitz.

François had never seen a dog equal to what Buck now displayed.

François chưa bao giờ nhìn thấy một con chó nào có thể sánh được với Buck lúc này.

But Buck truly excelled in enforcing order and commanding respect.

Nhưng Buck thực sự xuất sắc trong việc thực thi trật tự và giành được sự tôn trọng.

Dave and Solleks accepted the change without concern or protest.

Dave và Solleks chấp nhận sự thay đổi mà không lo lắng hay phản đối.

They focused only on work and pulling hard in the reins.

Họ chỉ tập trung vào công việc và kéo mạnh dây cương.

They cared little who led, so long as the sled kept moving.

Họ không quan tâm ai là người dẫn đầu, miễn là chiếc xe trượt tuyết tiếp tục di chuyển.

Billee, the cheerful one, could have led for all they cared.

Billee, người vui vẻ, có thể dẫn đầu mà không cần quan tâm.

What mattered to them was peace and order in the ranks.

Điều quan trọng với họ là hòa bình và trật tự trong hàng ngũ.

The rest of the team had grown unruly during Spitz's decline.

Phần còn lại của đội trở nên hỗn loạn trong thời gian Spitz suy yếu.

They were shocked when Buck immediately brought them to order.

Họ đã rất sửng sốt khi Buck ngay lập tức bảo họ phải tuân theo.

Pike had always been lazy and dragging his feet behind Buck.

Pike luôn lười biếng và lê bước theo sau Buck.

But now was sharply disciplined by the new leadership.

Nhưng giờ đây đã bị kỷ luật nghiêm khắc bởi ban lãnh đạo mới.

And he quickly learned to pull his weight in the team.

Và anh ấy nhanh chóng học được cách thể hiện vai trò của mình trong đội.

By the end of the day, Pike worked harder than ever before.

Đến cuối ngày, Pike làm việc chăm chỉ hơn bao giờ hết.

That night in camp, Joe, the sour dog, was finally subdued.

Đêm đó trong trại, Joe, chú chó khó tính, cuối cùng đã bị khuất phục.

Spitz had failed to discipline him, but Buck did not fail.

Spitz đã không thể kỷ luật Buck, nhưng Buck thì không.

Using his greater weight, Buck overwhelmed Joe in seconds.

Với trọng lượng lớn hơn, Buck đã áp đảo Joe chỉ trong vài giây.

He bit and battered Joe until he whimpered and ceased resisting.

Anh ta cắn và đánh Joe cho đến khi anh rên rỉ và ngừng chống cự.

The whole team improved from that moment on.

Toàn đội đã tiến bộ kể từ thời điểm đó.

The dogs regained their old unity and discipline.

Những chú chó đã lấy lại được sự đoàn kết và kỷ luật như trước.

At Rink Rapids, two new native huskies, Teek and Koona, joined.

Tại Rink Rapids, hai chú chó husky bản địa mới, Teek và Koona, đã gia nhập.

Buck's swift training of them astonished even François.

Sự huấn luyện nhanh chóng của Buck khiến ngay cả François cũng phải kinh ngạc.

"Never was there such a dog as that Buck!" he cried in amazement.

"Chưa từng có con chó nào như thế này!" Buck kêu lên vì kinh ngạc.

"No, never! He's worth one thousand dollars, by God!"

"Không, không bao giờ! Anh ta đáng giá một ngàn đô la, Chúa ơi!"

"Eh? What do you say, Perrault?" he asked with pride.

"Hả? Anh nói sao, Perrault?" anh hỏi với vẻ tự hào.

Perrault nodded in agreement and checked his notes.

Perrault gật đầu đồng ý và kiểm tra lại ghi chú của mình.

We're already ahead of schedule and gaining more each day.

Chúng tôi đã đi trước tiến độ và đang tiến triển nhiều hơn mỗi ngày.

The trail was hard-packed and smooth, with no fresh snow.

Đường mòn cứng và bằng phẳng, không có tuyết mới rơi.

The cold was steady, hovering at fifty below zero throughout.

Nhiệt độ luôn ở mức âm năm mươi độ.

The men rode and ran in turns to keep warm and make time.

Những người đàn ông thay phiên nhau cưỡi ngựa và chạy để giữ ấm và tiết kiệm thời gian.

The dogs ran fast with few stops, always pushing forward.

Những chú chó chạy nhanh, ít dừng lại và luôn tiến về phía trước.

The Thirty Mile River was mostly frozen and easy to travel across.

Sông Thirty Mile hầu như đã đóng băng và có thể dễ dàng đi qua.

They went out in one day what had taken ten days coming in.

Họ đã đi ra ngoài chỉ trong một ngày trong khi phải mất mười ngày để đến nơi.

They made a sixty-mile dash from Lake Le Barge to White Horse.

Họ chạy nước rút sáu mươi dặm từ Hồ Le Barge đến White Horse.

Across Marsh, Tagish, and Bennett Lakes they moved incredibly fast.

Chúng di chuyển cực kỳ nhanh qua các hồ Marsh, Tagish và Bennett.

The running man towed behind the sled on a rope.

Người đàn ông đang chạy được kéo theo phía sau xe trượt tuyết bằng một sợi dây thừng.

On the last night of week two they got to their destination.

Vào đêm cuối cùng của tuần thứ hai, họ đã đến đích.

They had reached the top of White Pass together.

Họ đã cùng nhau lên đến đỉnh đèo White.

They dropped down to sea level with Skaguay's lights below them.

Họ hạ xuống mực nước biển với ánh đèn của Skaguay ở bên dưới.

It had been a record-setting run across miles of cold wilderness.

Đó là một cuộc chạy kỷ lục qua nhiều dặm đường hoang dã lạnh giá.

For fourteen days straight, they averaged a strong forty miles.

Trong mười bốn ngày liên tiếp, trung bình họ đi được bốn mươi dặm.

In Skaguay, Perrault and François moved cargo through town.

Ở Skaguay, Perrault và François vận chuyển hàng hóa qua thị trấn.

They were cheered and offered many drinks by admiring crowds.

Họ được đám đông ngưỡng mộ cổ vũ và tặng nhiều đồ uống.

Dog-busters and workers gathered around the famous dog team.

Những người bắt chó và công nhân tụ tập quanh đội chó nghiệp vụ nổi tiếng.

Then western outlaws came to town and met violent defeat.

Sau đó, những kẻ ngoài vòng pháp luật phương Tây kéo đến thị trấn và phải chịu thất bại thảm hại.

The people soon forgot the team and focused on new drama.

Mọi người nhanh chóng quên đội bóng và tập trung vào bộ phim mới.

Then came the new orders that changed everything at once.

Sau đó, những mệnh lệnh mới được đưa ra đã thay đổi mọi thứ cùng một lúc.

François called Buck to him and hugged him with tearful pride.

François gọi Buck lại và ôm chặt nó trong niềm tự hào tràn ngập nước mắt.

That moment was the last time Buck ever saw François again.

Khoảnh khắc đó là lần cuối cùng Buck nhìn thấy François lần nữa.

Like many men before, both François and Perrault were gone.

Giống như nhiều người đàn ông khác, cả François và Perrault đều đã ra đi.

A Scotch half-breed took charge of Buck and his sled dog teammates.

Một người lai Scotland đã chăm sóc Buck và những người bạn chó kéo xe trượt tuyết của anh.

With a dozen other dog teams, they returned along the trail to Dawson.

Cùng với hàng chục đội chó khác, họ quay trở lại theo đường mòn đến Dawson.

It was no fast run now—just heavy toil with a heavy load each day.

Bây giờ không còn là cuộc chạy nhanh nữa mà chỉ là công việc nặng nhọc với gánh nặng mỗi ngày.

This was the mail train, bringing word to gold hunters near the Pole.

Đây là chuyến tàu thư, mang tin tức đến cho những người đi săn vàng gần Cực.

Buck disliked the work but bore it well, taking pride in his effort.

Buck không thích công việc này nhưng vẫn chịu đựng và tự hào về nỗ lực của mình.

Like Dave and Solleks, Buck showed devotion to every daily task.

Giống như Dave và Solleks, Buck thể hiện sự tận tâm với mọi công việc hàng ngày.

He made sure his teammates each pulled their fair weight.

Anh ấy đảm bảo rằng mỗi thành viên trong nhóm đều hoàn thành tốt nhiệm vụ của mình.

Trail life became dull, repeated with the precision of a machine.

Cuộc sống trên đường mòn trở nên buồn tẻ, lặp đi lặp lại với độ chính xác như một cỗ máy.

Each day felt the same, one morning blending into the next.

Mỗi ngày đều giống nhau, buổi sáng này trôi qua vào buổi sáng tiếp theo.

At the same hour, the cooks rose to build fires and prepare food.

Cùng lúc đó, những người đầu bếp cũng dậy để nhóm lửa và chuẩn bị thức ăn.

After breakfast, some left camp while others harnessed the dogs.

Sau bữa sáng, một số người rời trại trong khi những người khác dắt chó đi dạo.

They hit the trail before the dim warning of dawn touched the sky.

Họ lên đường trước khi ánh bình minh ló dạng trên bầu trời.

At night, they stopped to make camp, each man with a set duty.

Vào ban đêm, họ dừng lại để dựng trại, mỗi người có một nhiệm vụ được giao.

Some pitched the tents, others cut firewood and gathered pine boughs.

Một số người dựng lều, những người khác chặt củi và thu thập cành thông.

Water or ice was carried back to the cooks for the evening meal.

Nước hoặc đá được mang về cho đầu bếp để chuẩn bị cho bữa tối.

The dogs were fed, and this was the best part of the day for them.

Những chú chó đã được cho ăn và đây là khoảng thời gian tuyệt vời nhất trong ngày đối với chúng.

After eating fish, the dogs relaxed and lounged near the fire.

Sau khi ăn cá, những chú chó thư giãn và nằm dài gần đống lửa.

There were a hundred other dogs in the convoy to mingle with.

Có tới hàng trăm chú chó khác trong đoàn để hòa nhập.

Many of those dogs were fierce and quick to fight without warning.

Nhiều con chó trong số đó rất hung dữ và có thể đánh nhau bất cứ lúc nào mà không báo trước.

But after three wins, Buck mastered even the fiercest fighters.

Nhưng sau ba chiến thắng, Buck đã chế ngự được cả những võ sĩ hung dữ nhất.

Now when Buck growled and showed his teeth, they stepped aside.

Khi Buck gầm gừ và nhe răng, họ bước sang một bên.

Perhaps best of all, Buck loved lying near the flickering campfire.

Có lẽ điều tuyệt vời nhất là Buck thích nằm gần đống lửa trại bập bùng.

He crouched with hind legs tucked and front legs stretched ahead.

Anh ta khom người, hai chân sau khép lại và hai chân trước duỗi thẳng về phía trước.

His head was raised as he blinked softly at the glowing flames.

Anh ta ngẩng đầu lên và chớp mắt nhẹ nhàng nhìn ngọn lửa đang cháy.

Sometimes he recalled Judge Miller's big house in Santa Clara.

Đôi khi ông nhớ lại ngôi nhà lớn của thẩm phán Miller ở Santa Clara.

He thought of the cement pool, of Ysabel, and the pug called Toots.

Anh nghĩ đến hồ bơi xi măng, đến Ysabel và chú chó pug tên là Toots.

But more often he remembered the man with the red sweater's club.

Nhưng thường thì anh nhớ đến người đàn ông mặc áo len đỏ.

He remembered Curly's death and his fierce battle with Spitz.

Ông nhớ lại cái chết của Xoăn và trận chiến dữ dội của nó với Spitz.

He also recalled the good food he had eaten or still dreamed of.

Ông cũng nhớ lại những món ăn ngon mà ông đã từng ăn hoặc vẫn mơ thấy.

Buck was not homesick — the warm valley was distant and unreal.

Buck không nhớ nhà - thung lũng ấm áp thật xa xôi và không có thật.

Memories of California no longer held any real pull over him.

Những ký ức về California không còn thực sự có sức hấp dẫn đối với anh nữa.

Stronger than memory were instincts deep in his bloodline.

Mạnh mẽ hơn trí nhớ là bản năng ăn sâu vào dòng máu của anh.

Habits once lost had returned, revived by the trail and the wild.

Những thói quen đã mất nay đã quay trở lại, được hồi sinh nhờ con đường mòn và thiên nhiên hoang dã.

As Buck watched the firelight, it sometimes became something else.

Khi Buck nhìn ánh lửa, đôi khi nó trở thành thứ gì đó khác.

He saw in the firelight another fire, older and deeper than the present one.

Anh nhìn thấy trong ánh lửa một ngọn lửa khác, cũ hơn và sâu hơn ngọn lửa hiện tại.

Beside that other fire crouched a man unlike the half-breed cook.

Bên cạnh đống lửa là một người đàn ông đang khom mình, không giống như gã đầu bếp lai.

This figure had short legs, long arms, and hard, knotted muscles.

Nhân vật này có chân ngắn, tay dài và cơ bắp cứng cáp.

His hair was long and matted, sloping backward from the eyes.

Tóc anh ta dài và rối, chảy dài về phía sau từ mắt.

He made strange sounds and stared out in fear at the darkness.

Anh ta phát ra những âm thanh kỳ lạ và nhìn chằm chằm vào bóng tối trong sợ hãi.

He held a stone club low, gripped tightly in his long rough hand.

Anh ta cầm chặt một cây gậy đá trong bàn tay dài thô ráp của mình.

The man wore little; just a charred skin that hung down his back.

Người đàn ông mặc rất ít quần áo; chỉ có một lớp da cháy xém rủ xuống lưng.

His body was covered with thick hair across arms, chest, and thighs.

Cơ thể anh ta được bao phủ bởi lớp lông dày ở cánh tay, ngực và đùi.

Some parts of the hair were tangled into patches of rough fur.

Một số phần tóc bị rối thành từng mảng lông thô.

He did not stand straight but bent forward from the hips to knees.

Ông ta không đứng thẳng mà khom người về phía trước từ hông đến đầu gối.

His steps were springy and catlike, as if always ready to leap.

Bước chân của anh ta nhẹ nhàng và uyển chuyển như mèo, như thể luôn sẵn sàng nhảy vọt.

There was a sharp alertness, like he lived in constant fear.

Có một sự cảnh giác sắc bén, như thể anh ta đang sống trong nỗi sợ hãi thường trực.

This ancient man seemed to expect danger, whether the danger was seen or not.

Người đàn ông cổ đại này dường như luôn mong đợi nguy hiểm, bất kể có nhìn thấy nguy hiểm hay không.

At times the hairy man slept by the fire, head tucked between legs.

Đôi khi người đàn ông lông lá ngủ bên đống lửa, đầu kẹp giữa hai chân.

His elbows rested on his knees, hands clasped above his head.

Khuỷu tay anh chống lên đầu gối, hai tay chắp lại trên đầu.

Like a dog he used his hairy arms to shed off the falling rain.

Giống như một chú chó, anh ta dùng cánh tay đầy lông của mình để rũ mưa rơi.

Beyond the firelight, Buck saw twin coals glowing in the dark.

Phía sau ánh lửa, Buck nhìn thấy hai cục than đang cháy sáng trong bóng tối.

Always two by two, they were the eyes of stalking beasts of prey.

Luôn luôn là hai con mắt của những con thú săn mồi rình mồi.

He heard bodies crash through brush and sounds made in the night.

Anh nghe thấy tiếng người va vào bụi rậm và những âm thanh phát ra trong đêm.

Lying on the Yukon bank, blinking, Buck dreamed by the fire.

Nằm trên bờ sông Yukon, chớp mắt, Buck mơ màng bên đống lửa.

The sights and sounds of that wild world made his hair stand up.

Cảnh tượng và âm thanh của thế giới hoang dã đó khiến tóc anh dựng đứng.

The fur rose along his back, his shoulders, and up his neck.

Lông mọc dọc theo lưng, vai và lên đến cổ.

He whimpered softly or gave a low growl deep in his chest.

Anh ta rên rỉ khe khẽ hoặc gầm gừ trong lồng ngực.

Then the half-breed cook shouted, "Hey, you Buck, wake up!"

Sau đó, gã đầu bếp lai hét lên: "Này, Buck, dậy đi!"

The dream world vanished, and real life returned to Buck's eyes.

Thế giới trong mơ biến mất, và cuộc sống thực sự trở lại trước mắt Buck.

He was going to get up, stretch, and yawn, as if woken from a nap.

Anh ta định đứng dậy, vươn vai và ngáp như thể vừa mới ngủ dậy.

The trip was hard, with the mail sled dragging behind them.

Chuyến đi thật vất vả vì xe trượt thư kéo lê phía sau.

Heavy loads and tough work wore down the dogs each long day.

Những gánh nặng và công việc khó khăn đã làm kiệt sức những chú chó sau một ngày dài.

They reached Dawson thin, tired, and needing over a week's rest.

Họ đến Dawson trong tình trạng gầy gò, mệt mỏi và cần phải nghỉ ngơi hơn một tuần.

But only two days later, they set out down the Yukon again.

Nhưng chỉ hai ngày sau, họ lại lên đường xuôi dòng Yukon.

They were loaded with more letters bound for the outside world.

Chúng chứa đầy những lá thư gửi đi thế giới bên ngoài.

The dogs were exhausted and the men were complaining constantly.

Những chú chó thì kiệt sức còn những người đàn ông thì liên tục phàn nàn.

Snow fell every day, softening the trail and slowing the sleds.

Tuyết rơi mỗi ngày, làm mềm đường mòn và làm chậm tốc độ của xe trượt tuyết.

This made for harder pulling and more drag on the runners.

Điều này làm cho việc kéo trở nên khó khăn hơn và gây nhiều lực cản hơn lên người chạy.

Despite that, the drivers were fair and cared for their teams.

Mặc dù vậy, các tay đua vẫn rất công bằng và quan tâm đến đội của mình.

Each night, the dogs were fed before the men got to eat.

Mỗi đêm, những chú chó được cho ăn trước khi những người đàn ông được ăn.

No man slept before checking the feet of his own dog's.

Không người đàn ông nào ngủ mà không kiểm tra chân chó của mình.

Still, the dogs grew weaker as the miles wore on their bodies.

Tuy nhiên, những chú chó ngày càng yếu đi vì quãng đường đã đi qua.

They had traveled eighteen hundred miles through the winter.

Họ đã đi được một ngàn tám trăm dặm trong suốt mùa đông.

They pulled sleds across every mile of that brutal distance.

Họ kéo xe trượt tuyết băng qua từng dặm đường khắc nghiệt đó.

Even the toughest sled dogs feel strain after so many miles.

Ngay cả những chú chó kéo xe bền bỉ nhất cũng cảm thấy mệt mỏi sau nhiều dặm đường.

Buck held on, kept his team working, and maintained discipline.

Buck vẫn trụ vững, duy trì hoạt động của nhóm và duy trì kỷ luật.

But Buck was tired, just like the others on the long journey.

Nhưng Buck cũng mệt mỏi như những người khác trong chuyến đi dài.

Billee whimpered and cried in his sleep each night without fail.

Billee rên rỉ và khóc trong lúc ngủ mỗi đêm không hề sai sót.

Joe grew even more bitter, and Solleks stayed cold and distant.

Joe càng trở nên cay đắng hơn, còn Solleks vẫn lạnh lùng và xa cách.

But it was Dave who suffered the worst out of the entire team.

Nhưng Dave là người chịu tổn thương nặng nề nhất trong cả đội.

Something had gone wrong inside him, though no one knew what.

Có điều gì đó không ổn bên trong anh, mặc dù không ai biết đó là gì.

He became moodier and snapped at others with growing anger.

Ông trở nên cáu kỉnh hơn và quát tháo người khác khi cơn giận ngày một tăng.

Each night he went straight to his nest, waiting to be fed.

Mỗi đêm, chú chim bay thẳng về tổ, chờ được cho ăn.

Once he was down, Dave did not get up again till morning.

Sau khi nằm xuống, Dave không thể đứng dậy cho đến sáng.

On the reins, sudden jerks or starts made him cry out in pain.

Trên dây cương, những cú giật hoặc khởi động đột ngột đều khiến anh ta kêu lên vì đau.

His driver searched for the cause, but found no injury on him.

Tài xế của anh đã tìm kiếm nguyên nhân nhưng không thấy anh bị thương.

All the drivers began watching Dave and discussed his case.

Tất cả các tài xế bắt đầu chú ý đến Dave và thảo luận về trường hợp của anh.

They talked at meals and during their final smoke of the day.

Họ trò chuyện trong bữa ăn và trong lúc hút thuốc cuối cùng trong ngày.

One night they held a meeting and brought Dave to the fire.

Một đêm nọ, họ họp và đưa Dave đến đống lửa.

They pressed and probed his body, and he cried out often.

Họ ấn và thăm dò cơ thể ông, và ông thường xuyên kêu khóc.

Clearly, something was wrong, though no bones seemed broken.

Rõ ràng là có điều gì đó không ổn, mặc dù không có chiếc xương nào bị gãy.

By the time they reached Cassiar Bar, Dave was falling down.

Khi họ tới Cassiar Bar, Dave đang ngã xuống.

The Scotch half-breed called a halt and removed Dave from the team.

Người lai Scotland đã dừng lại và đuổi Dave ra khỏi đội.

He fastened Solleks in Dave's place, closest to the sled's front.

Anh ta buộc Solleks vào vị trí của Dave, gần phía trước xe trượt tuyết nhất.

He meant to let Dave rest and run free behind the moving sled.

Anh ấy định để Dave nghỉ ngơi và chạy tự do phía sau chiếc xe trượt tuyết đang chuyển động.

But even sick, Dave hated being taken from the job he had owned.

Nhưng ngay cả khi bị bệnh, Dave vẫn ghét việc bị cướp mất công việc mà anh từng làm.

He growled and whimpered as the reins were pulled from his body.

Anh ta gầm gừ và rên rỉ khi dây cương bị kéo ra khỏi người anh ta.

When he saw Solleks in his place, he cried with broken-hearted pain.

Khi nhìn thấy Solleks ở vị trí của mình, ông đã khóc vì đau đớn tột cùng.

The pride of trail work was deep in Dave, even as death approached.

Niềm tự hào về công việc thám hiểm đường mòn vẫn luôn sâu thẳm trong Dave, ngay cả khi cái chết đang đến gần.

As the sled moved, Dave floundered through soft snow near the trail.

Khi chiếc xe trượt tuyết di chuyển, Dave loạng choạng đi qua lớp tuyết mềm gần đường mòn.

He attacked Solleks, biting and pushing him from the sled's side.

Anh ta tấn công Solleks bằng cách cắn và đẩy anh ta ra khỏi xe trượt tuyết.

Dave tried to leap into the harness and reclaim his working spot.

Dave cố gắng nhảy vào dây an toàn và giành lại vị trí làm việc của mình.

He yelped, whined, and cried, torn between pain and pride in labor.

Anh ấy hét lên, rên rỉ và khóc lóc, giằng xé giữa nỗi đau và niềm tự hào khi chuyển dạ.

The half-breed used his whip to try driving Dave away from the team.

Người con lai này đã dùng roi để cố đuổi Dave ra khỏi đội.

But Dave ignored the lash, and the man couldn't strike him harder.

Nhưng Dave không để ý đến đòn roi, và gã đàn ông kia không thể đánh anh mạnh hơn được nữa.

Dave refused the easier path behind the sled, where snow was packed.

Dave từ chối đi theo con đường dễ dàng hơn phía sau xe trượt tuyết, nơi tuyết phủ dày.

Instead, he struggled in the deep snow beside the trail, in misery.

Thay vào đó, anh ta vật lộn trong lớp tuyết dày bên cạnh con đường mòn, trong đau khổ.

Eventually, Dave collapsed, lying in the snow and howling in pain.

Cuối cùng, Dave ngã gục, nằm trên tuyết và rên rỉ vì đau đớn.

He cried out as the long train of sleds passed him one by one.

Anh ấy kêu lên khi đoàn xe trượt tuyết dài lần lượt đi qua.

Still, with what strength remained, he rose and stumbled after them.

Tuy nhiên, với chút sức lực còn lại, anh đứng dậy và loạng choạng đi theo họ.

He caught up when the train stopped again and found his old sled.

Khi tàu dừng lại lần nữa, anh ta đuổi kịp và tìm thấy chiếc xe trượt tuyết cũ của mình.

He floundered past the other teams and stood beside Solleks again.

Anh ta loạng choạng đi qua các đội khác và lại đứng cạnh Solleks.

As the driver paused to light his pipe, Dave took his last chance.

Khi người lái xe dừng lại để châm thuốc, Dave đã nắm lấy cơ hội cuối cùng của mình.

When the driver returned and shouted, the team didn't move forward.

Khi người lái xe quay lại và hét lớn, cả đoàn không tiến lên nữa.

The dogs had turned their heads, confused by the sudden stoppage.

Những con chó quay đầu lại, tỏ vẻ bối rối vì sự dừng lại đột ngột.

The driver was shocked too—the sled hadn't moved an inch forward.

Người lái xe cũng bị sốc - chiếc xe trượt tuyết không hề di chuyển về phía trước một inch nào.

He called out to the others to come and see what had happened.

Anh ta gọi những người khác đến xem chuyện gì đã xảy ra.

Dave had chewed through Solleks's reins, breaking both apart.

Dave đã cắn đứt dây cương của Solleks, làm cả hai đứt ra.

Now he stood in front of the sled, back in his rightful position.

Bây giờ anh ấy đã đứng trước xe trượt tuyết, trở lại đúng vị trí của mình.

Dave looked up at the driver, silently pleading to stay in the traces.

Dave nhìn lên người lái xe, thầm cầu xin anh ta giữ nguyên tốc độ.

The driver was puzzled, unsure of what to do for the struggling dog.

Người lái xe tỏ ra bối rối, không biết phải làm gì với chú chó đang vật lộn.

The other men spoke of dogs who had died from being taken out.

Những người đàn ông khác kể về những con chó đã chết khi bị đưa ra ngoài.

They told of old or injured dogs whose hearts broke when left behind.

Họ kể về những chú chó già hoặc bị thương, có trái tim tan vỡ khi bị bỏ lại.

They agreed it was mercy to let Dave die while still in his harness.

Họ đồng ý rằng thật là thương xót khi để Dave chết khi vẫn còn trong dây cương.

He was fastened back onto the sled, and Dave pulled with pride.

Anh ấy được buộc lại vào xe trượt tuyết và Dave kéo xe một cách đầy tự hào.

Though he cried out at times, he worked as if pain could be ignored.

Mặc dù đôi khi ông kêu khóc, nhưng ông vẫn làm việc như thể cơn đau có thể bị bỏ qua.

More than once he fell and was dragged before rising again.

Ông đã ngã và bị kéo đi nhiều lần trước khi đứng dậy được.

Once, the sled rolled over him, and he limped from that moment on.

Một lần, chiếc xe trượt tuyết lăn qua người anh và anh đi khập khiễng từ lúc đó.

Still, he worked until camp was reached, and then lay by the fire.

Tuy nhiên, ông vẫn làm việc cho đến khi tới trại, rồi nằm bên đống lửa.

By morning, Dave was too weak to travel or even stand upright.

Đến sáng, Dave đã quá yếu để có thể di chuyển hoặc thậm chí là đứng thẳng.

At harness-up time, he tried to reach his driver with trembling effort.

Khi đến giờ thắng ngựa, anh ta run rẩy cố gắng tiếp cận người lái xe.

He forced himself up, staggered, and collapsed onto the snowy ground.

Anh ta cố gắng đứng dậy, loạng choạng rồi ngã xuống nền đất đầy tuyết.

Using his front legs, he dragged his body toward the harnessing area.

Anh ta dùng hai chân trước kéo cơ thể về phía khu vực buộc dây cương.

He hitched himself forward, inch by inch, toward the working dogs.

Anh ta nhích từng inch một về phía những chú chó nghiệp vụ.

His strength gave out, but he kept moving in his last desperate push.

Sức lực của anh đã cạn kiệt, nhưng anh vẫn tiếp tục di chuyển trong nỗ lực tuyệt vọng cuối cùng của mình.

His teammates saw him gasping in the snow, still longing to join them.

Các đồng đội của anh nhìn thấy anh thở hổn hển trên tuyết, vẫn khao khát được tham gia cùng họ.

They heard him howling with sorrow as they left the camp behind.

Họ nghe thấy tiếng anh ấy hú lên vì đau buồn khi họ rời khỏi trại.

As the team vanished into trees, Dave's cry echoed behind them.

Khi cả đội biến mất sau những hàng cây, tiếng kêu của Dave vẫn vang vọng phía sau họ.

The sled train halted briefly after crossing a stretch of river timber.

Đoàn tàu trượt tuyết dừng lại một lúc sau khi băng qua một đoạn sông gỗ.

The Scotch half-breed walked slowly back toward the camp behind.

Người lai Scotland chậm rãi bước trở về trại phía sau.

The men stopped speaking when they saw him leave the sled train.

Những người đàn ông ngừng nói chuyện khi thấy anh ta rời khỏi đoàn tàu trượt tuyết.

Then a single gunshot rang out clear and sharp across the trail.

Rồi một tiếng súng vang lên rõ ràng và sắc nét dọc theo con đường mòn.

The man returned quickly and took up his place without a word.

Người đàn ông nhanh chóng quay lại và ngồi vào chỗ của mình mà không nói một lời.

Whips cracked, bells jingled, and the sleds rolled on through snow.

Tiếng roi quất, tiếng chuông leng keng và tiếng xe trượt tuyết lăn trên tuyết.

But Buck knew what had happened—and so did every other dog.

Nhưng Buck biết chuyện gì đã xảy ra—và mọi con chó khác cũng vậy.

The Toil of Reins and Trail
Sự vất vả của cương ngựa và đường mòn

Thirty days after leaving Dawson, the Salt Water Mail reached Skaguay.

Ba mươi ngày sau khi rời Dawson, tàu Salt Water Mail đã đến Skaguay.

Buck and his teammates pulled the lead, arriving in pitiful condition.

Buck và các đồng đội đã vươn lên dẫn đầu, nhưng đến nơi trong tình trạng rất thảm thương.

Buck had dropped from one hundred forty to one hundred fifteen pounds.

Buck đã giảm từ một trăm bốn mươi pound xuống còn một trăm mười lăm pound.

The other dogs, though smaller, had lost even more body weight.

Những con chó khác, mặc dù nhỏ hơn, nhưng lại sụt cân nhiều hơn.

Pike, once a fake limper, now dragged a truly injured leg behind him.

Pike, trước đây là một kẻ tập tễnh giả tạo, giờ đây phải lê một chân thực sự bị thương theo sau.

Solleks was limping badly, and Dub had a wrenched shoulder blade.

Solleks đi khập khiễng, còn Dub thì bị trật xương bả vai.

Every dog in the team was footsore from weeks on the frozen trail.

Mọi chú chó trong đội đều bị đau chân vì phải đi trên đường mòn đóng băng nhiều tuần.

They had no spring left in their steps, only slow, dragging motion.

Bước chân của họ không còn chút sức bật nào nữa, chỉ còn chuyển động chậm chạp, lê thê.

Their feet hit the trail hard, each step adding more strain to their bodies.

Bàn chân họ chạm mạnh vào con đường mòn, mỗi bước chân lại khiến cơ thể họ thêm căng thẳng.

They were not sick, only drained beyond all natural recovery.

Họ không bị bệnh, chỉ bị kiệt sức đến mức không thể phục hồi tự nhiên được.

This was not tiredness from one hard day, cured with a night's rest.

Đây không phải là sự mệt mỏi sau một ngày làm việc vất vả, được chữa khỏi bằng một đêm nghỉ ngơi.

It was exhaustion built slowly through months of grueling effort.

Đó là sự kiệt sức tích tụ dần qua nhiều tháng nỗ lực không ngừng nghỉ.

No reserve strength remained—they had used up every bit they had.

Không còn sức lực dự trữ nào nữa—họ đã sử dụng hết mọi thứ họ có.

Every muscle, fiber, and cell in their bodies was spent and worn.

Mọi cơ, sợi và tế bào trong cơ thể họ đều kiệt sức và mòn mỏi.

And there was a reason—they had covered twenty-five hundred miles.

Và có một lý do - họ đã đi được hai ngàn năm trăm dặm.

They had rested only five days during the last eighteen hundred miles.

Họ chỉ nghỉ ngơi năm ngày trong suốt chặng đường dài một nghìn tám trăm dặm.

When they reached Skaguay, they looked barely able to stand upright.

Khi họ đến Skaguay, trông họ như thể không thể đứng thẳng được nữa.

They struggled to keep the reins tight and stay ahead of the sled.

Họ cố gắng giữ chặt dây cương và đi trước xe trượt tuyết.

On downhill slopes, they only managed to avoid being run over.

Khi xuống dốc, họ chỉ có thể tránh được việc bị xe cán qua.

"March on, poor sore feet," the driver said as they limped along.

"Tiến lên, đôi chân đau nhức tội nghiệp," người lái xe nói khi họ khập khiễng bước đi.

"This is the last stretch, then we all get one long rest, for sure."

"Đây là chặng cuối cùng, sau đó chắc chắn tất cả chúng ta sẽ được nghỉ ngơi một thời gian dài."

"One truly long rest," he promised, watching them stagger forward.

"Một giấc ngủ thật dài", anh hứa, nhìn họ loạng choạng tiến về phía trước.

The drivers expected they were going to now get a long, needed break.

Các tài xế hy vọng rằng họ sẽ có được một kỳ nghỉ dài và cần thiết.

They had traveled twelve hundred miles with only two days' rest.

Họ đã đi được một ngàn hai trăm dặm chỉ với hai ngày nghỉ ngơi.

By fairness and reason, they felt they had earned time to relax.

Công bằng mà nói, họ cảm thấy họ xứng đáng có thời gian để thư giãn.

But too many had come to the Klondike, and too few had stayed home.

Nhưng có quá nhiều người đến Klondike và quá ít người ở lại nhà.

Letters from families flooded in, creating piles of delayed mail.

Thư từ các gia đình liên tục gửi đến, tạo thành những đống thư bị chậm trễ.

Official orders arrived—new Hudson Bay dogs were going to take over.

Lệnh chính thức đã đến—những chú chó mới của Hudson Bay sẽ tiếp quản nhiệm vụ.

The exhausted dogs, now called worthless, were to be disposed of.

Những con chó kiệt sức, giờ đây bị coi là vô giá trị, sẽ bị loại bỏ.

Since money mattered more than dogs, they were going to be sold cheaply.

Vì tiền quan trọng hơn chó nên chúng sẽ được bán với giá rẻ.

Three more days passed before the dogs felt just how weak they were.

Ba ngày nữa trôi qua trước khi những chú chó cảm thấy chúng yếu đến mức nào.

On the fourth morning, two men from the States bought the whole team.

Sáng ngày thứ tư, hai người đàn ông từ Hoa Kỳ đã mua toàn bộ đội.

The sale included all the dogs, plus their worn harness gear.

Việc bán đấu giá bao gồm tất cả những con chó cùng với bộ dây nịt đã qua sử dụng của chúng.

The men called each other "Hal" and "Charles" as they completed the deal.

Những người đàn ông gọi nhau là "Hal" và "Charles" khi họ hoàn tất giao dịch.

Charles was middle-aged, pale, with limp lips and fierce mustache tips.

Charles đã ở độ tuổi trung niên, nước da nhợt nhạt, đôi môi mềm mại và bộ ria mép rậm rạp.

Hal was a young man, maybe nineteen, wearing a cartridge-stuffed belt.

Hal là một thanh niên, khoảng mười chín tuổi, đeo thắt lưng nhét đầy đạn.

The belt held a big revolver and a hunting knife, both unused.

Thắt lưng đựng một khẩu súng lục lớn và một con dao săn, cả hai đều chưa sử dụng.

It showed how inexperienced and unfit he was for northern life.

Điều này cho thấy ông thiếu kinh nghiệm và không phù hợp với cuộc sống ở miền Bắc.

Neither man belonged in the wild; their presence defied all reason.

Cả hai người đều không thuộc về nơi hoang dã; sự hiện diện của họ thách thức mọi lý lẽ.

Buck watched as money exchanged hands between buyer and agent.

Buck theo dõi việc trao đổi tiền giữa người mua và người môi giới.

He knew the mail-train drivers were leaving his life like the rest.

Ông biết những người lái tàu thư cũng sắp rời bỏ cuộc sống của ông như những người khác.

They followed Perrault and François, now gone beyond recall.

Họ đi theo Perrault và François, lúc này đã không còn ai gọi họ nữa.

Buck and the team were led to their new owners' sloppy camp.

Buck và nhóm của anh được dẫn đến trại tạm trú tồi tàn của chủ sở hữu mới.

The tent sagged, dishes were dirty, and everything lay in disarray.

Chiếc lều lún xuống, bát đĩa bẩn và mọi thứ đều lộn xộn.

Buck noticed a woman there too—Mercedes, Charles's wife and Hal's sister.

Buck cũng để ý thấy một người phụ nữ ở đó - Mercedes, vợ của Charles và là em gái của Hal.

They made a complete family, though far from suited to the trail.

Họ tạo thành một gia đình hoàn chỉnh, mặc dù không phù hợp với con đường mòn.

Buck watched nervously as the trio started packing the supplies.

Buck lo lắng theo dõi bộ ba bắt đầu đóng gói đồ tiếp tế.

They worked hard but without order—just fuss and wasted effort.

Họ làm việc chăm chỉ nhưng không có trật tự, chỉ gây phiền phức và lãng phí công sức.

The tent was rolled into a bulky shape, far too large for the sled.

Chiếc lều được cuộn lại thành một hình dạng cồng kềnh, quá lớn so với chiếc xe trượt tuyết.

Dirty dishes were packed without being cleaned or dried at all.

Bát đĩa bẩn được đóng gói mà không được rửa hoặc sấy khô.

Mercedes fluttered about, constantly talking, correcting, and meddling.

Mercedes bay lượn khắp nơi, liên tục nói chuyện, sửa lỗi và can thiệp.

When a sack was placed on front, she insisted it go on the back.

Khi đặt một cái bao lên phía trước, cô ấy nhất quyết đặt nó lên phía sau.

She packed the sack in the bottom, and the next moment she needed it.

Cô nhét chiếc túi vào đáy và ngay sau đó cô đã cần đến nó.

So the sled was unpacked again to reach the one specific bag.

Vì vậy, chiếc xe trượt tuyết lại được mở ra để lấy chiếc túi cụ thể đó.

Nearby, three men stood outside a tent, watching the scene unfold.

Gần đó, ba người đàn ông đứng bên ngoài một chiếc lều, quan sát cảnh tượng đang diễn ra.

They smiled, winked, and grinned at the newcomers' obvious confusion.

Họ mỉm cười, nháy mắt và cười toe toét trước vẻ bối rối rõ ràng của những người mới đến.

"You've got a right heavy load already," said one of the men.

"Anh đã mang trên mình một gánh nặng rồi đấy", một trong những người đàn ông nói.

"I don't think you should carry that tent, but it's your choice."

"Tôi không nghĩ bạn nên mang theo chiếc lều đó, nhưng đó là lựa chọn của bạn."

"Undreamed of!" cried Mercedes, throwing up her hands in despair.

"Thật không thể tưởng tượng nổi!" Mercedes kêu lên, giơ hai tay lên trời trong tuyệt vọng.

"How could I possibly travel without a tent to stay under?"

"Làm sao tôi có thể đi du lịch nếu không có lều để trú ẩn?"

"It's springtime—you won't see cold weather again," the man replied.

"Mùa xuân rồi, anh sẽ không còn thấy thời tiết lạnh nữa đâu", người đàn ông trả lời.

But she shook her head, and they kept piling items onto the sled.

Nhưng cô lắc đầu, và họ tiếp tục chất đồ lên xe trượt tuyết.

The load towered dangerously high as they added the final things.

Tải trọng tăng cao một cách nguy hiểm khi họ thêm những thứ cuối cùng vào.

"Think the sled will ride?" asked one of the men with a skeptical look.

"Anh nghĩ là xe trượt tuyết có chạy được không?" Một người đàn ông hỏi với vẻ hoài nghi.

"Why shouldn't it?" Charles snapped back with sharp annoyance.

"Tại sao lại không?" Charles quát lại với vẻ khó chịu tột độ.

"Oh, that's all right," the man said quickly, backing away from offense.

"Ồ, không sao đâu," người đàn ông nhanh chóng nói, tránh né sự xúc phạm.

"I was only wondering—it just looked a bit too top-heavy to me."

"Tôi chỉ thắc mắc thôi—với tôi thì nó trông có vẻ hơi nặng phần trên."

Charles turned away and tied down the load as best as he could.

Charles quay đi và cố gắng buộc chặt vật nặng hết mức có thể.

But the lashings were loose and the packing poorly done overall.

Nhưng dây buộc lỏng lẻo và việc đóng gói nhìn chung không được tốt.

"Sure, the dogs will pull that all day," another man said sarcastically.

"Chắc chắn rồi, lũ chó sẽ kéo như thế cả ngày", một người đàn ông khác nói một cách mỉa mai.

"Of course," Hal replied coldly, grabbing the sled's long gee-pole.

"Tất nhiên rồi," Hal lạnh lùng đáp, nắm lấy cần lái dài của xe trượt tuyết.

With one hand on the pole, he swung the whip in the other.

Một tay anh ta cầm cây sào, tay kia vung roi.

"Let's go!" he shouted. "Move it!" urging the dogs to start.

"Đi thôi!" anh ta hét lên. "Đi nào!" thúc giục lũ chó bắt đầu.

The dogs leaned into the harness and strained for a few moments.

Những chú chó dựa vào dây nịt và căng thẳng trong vài phút.

Then they stopped, unable to budge the overloaded sled an inch.

Sau đó, họ dừng lại, không thể di chuyển chiếc xe trượt tuyết quá tải một inch nào.

"The lazy brutes!" Hal yelled, lifting the whip to strike them.

"Lũ súc vật lười biếng!" Hal hét lên, giơ roi lên định đánh chúng.

But Mercedes rushed in and seized the whip from Hal's hands.

Nhưng Mercedes đã lao vào và giật lấy chiếc roi từ tay Hal.

"Oh, Hal, don't you dare hurt them," she cried in alarm.

"Ôi, Hal, đừng có mà làm hại họ," cô kêu lên trong hoảng sợ.

"Promise me you'll be kind to them, or I won't go another step."

"Hứa với tôi là anh sẽ tử tế với họ, nếu không tôi sẽ không tiến thêm bước nào nữa đâu."

"You don't know a thing about dogs," Hal snapped at his sister.

"Em chẳng biết gì về chó cả," Hal quát vào mặt chị gái mình.

"They're lazy, and the only way to move them is to whip them."

"Chúng lười biếng, và cách duy nhất để di chuyển chúng là dùng roi quất chúng."

"Ask anyone—ask one of those men over there if you doubt me."

"Hãy hỏi bất kỳ ai—hãy hỏi một trong những người đàn ông đằng kia nếu bạn nghi ngờ tôi."

Mercedes looked at the onlookers with pleading, tearful eyes.

Mercedes nhìn những người đứng xem bằng đôi mắt cầu xin và đẫm lệ.

Her face showed how deeply she hated the sight of any pain.

Gương mặt cô cho thấy cô ghét cay ghét đắng cảnh đau đớn đến nhường nào.

"They're weak, that's all," one man said. "They're worn out."

"Họ yếu lắm, thế thôi", một người đàn ông nói. "Họ kiệt sức rồi".

"They need rest—they've been worked too long without a break."

"Họ cần được nghỉ ngơi—họ đã làm việc quá lâu mà không được nghỉ ngơi."

"Rest be cursed," Hal muttered with his lip curled.

"Những kẻ còn lại bị nguyền rủa," Hal lẩm bẩm với đôi môi cong lên.

Mercedes gasped, clearly pained by the coarse word from him.

Mercedes thở hổn hển, rõ ràng là đau đớn vì lời lẽ thô lỗ của anh ta.

Still, she stayed loyal and instantly defended her brother.

Tuy nhiên, cô vẫn trung thành và ngay lập tức bảo vệ anh trai mình.

"Don't mind that man," she said to Hal. "They're our dogs."

"Đừng để ý đến người đàn ông đó," cô nói với Hal. "Họ là chó của chúng ta."

"You drive them as you see fit—do what you think is right."

"Bạn lái chúng theo cách bạn thấy phù hợp—làm những gì bạn cho là đúng."

Hal raised the whip and struck the dogs again without mercy.

Hal giơ roi lên và đánh lũ chó một lần nữa không thương tiếc.

They lunged forward, bodies low, feet pushing into the snow.

Họ lao về phía trước, người cúi thấp, chân đẩy vào tuyết.

All their strength went into the pull, but the sled wasn't moving.

Họ dùng hết sức lực để kéo nhưng chiếc xe trượt tuyết vẫn không di chuyển.

The sled stayed stuck, like an anchor frozen into the packed snow.

Chiếc xe trượt tuyết vẫn kẹt cứng như một chiếc mỏ neo bị đóng băng trong lớp tuyết dày.

After a second effort, the dogs stopped again, panting hard.

Sau nỗ lực thứ hai, đàn chó lại dừng lại, thở hổn hển.

Hal raised the whip once more, just as Mercedes interfered again.

Hal lại giơ roi lên một lần nữa, đúng lúc Mercedes lại can thiệp.

She dropped to her knees in front of Buck and hugged his neck.

Cô quỳ xuống trước mặt Buck và ôm lấy cổ anh.

Tears filled her eyes as she pleaded with the exhausted dog.

Nước mắt cô trào ra khi cô cầu xin chú chó kiệt sức.

"You poor dears," she said, "why don't you just pull harder?"

"Các bạn tội nghiệp ơi", bà nói, "sao các bạn không kéo mạnh hơn nữa nhỉ?"

"If you pull, then you won't get to be whipped like this."

"Nếu kéo thì sẽ không bị đánh như thế này."

Buck disliked Mercedes, but he was too tired to resist her now.

Buck không thích Mercedes, nhưng lúc này anh đã quá mệt mỏi để cưỡng lại cô.

He accepted her tears as just another part of the miserable day.

Anh chấp nhận những giọt nước mắt của cô như một phần của ngày đau khổ này.

One of the watching men finally spoke after holding back his anger.

Một trong những người đàn ông đang theo dõi cuối cùng cũng lên tiếng sau khi kìm nén cơn giận.

"I don't care what happens to you folks, but those dogs matter."

"Tôi không quan tâm chuyện gì sẽ xảy ra với các người, nhưng những chú chó đó rất quan trọng."

"If you want to help, break that sled loose—it's frozen to the snow."

"Nếu muốn giúp thì hãy tháo chiếc xe trượt tuyết ra đi—nó đã bị đóng băng trên tuyết rồi."

"Push hard on the gee-pole, right and left, and break the ice seal."

"Đẩy mạnh cần lái, cả bên phải và bên trái, để phá vỡ lớp băng phủ."

A third attempt was made, this time following the man's suggestion.

Lần thử thứ ba được thực hiện, lần này theo gợi ý của người đàn ông.

Hal rocked the sled from side to side, breaking the runners loose.

Hal lắc chiếc xe trượt tuyết từ bên này sang bên kia, khiến cho các thanh trượt bị lỏng ra.

The sled, though overloaded and awkward, finally lurched forward.

Chiếc xe trượt tuyết, mặc dù quá tải và cồng kềnh, cuối cùng cũng tiến về phía trước.

Buck and the others pulled wildly, driven by a storm of whiplashes.

Buck và những người khác kéo một cách điên cuồng, bị thúc đẩy bởi một cơn bão roi quất.

A hundred yards ahead, the trail curved and sloped into the street.

Khoảng một trăm thước phía trước, con đường mòn cong và dốc vào trong phố.

It was going to have taken a skilled driver to keep the sled upright.

Phải là một người lái xe có tay nghề cao mới có thể giữ cho chiếc xe trượt tuyết thẳng đứng.

Hal was not skilled, and the sled tipped as it swung around the bend.

Hal không có kỹ năng nên chiếc xe trượt tuyết bị nghiêng khi rẽ vào khúc cua.

Loose lashings gave way, and half the load spilled onto the snow.

Những dây buộc lỏng lẻo bị bung ra và một nửa hàng hóa đổ xuống tuyết.

The dogs did not stop; the lighter sled flew along on its side.

Những con chó không dừng lại; chiếc xe trượt tuyết nhẹ hơn vẫn bay nghiêng về một bên.

Angry from abuse and the heavy burden, the dogs ran faster.

Tức giận vì bị ngược đãi và gánh nặng, những chú chó chạy nhanh hơn.

Buck, in fury, broke into a run, with the team following behind.

Buck, trong cơn giận dữ, đã chạy trốn, với cả đội chạy theo phía sau.

Hal shouted "Whoa! Whoa!" but the team paid no attention to him.

Hal hét lên "Whoa! Whoa!" nhưng cả đội không hề chú ý đến anh.

He tripped, fell, and was dragged along the ground by the harness.

Anh ta vấp ngã và bị kéo lê trên mặt đất bằng dây cương.

The overturned sled bumped over him as the dogs raced on ahead.

Chiếc xe trượt tuyết bị lật đè lên người anh ta trong khi đàn chó chạy về phía trước.

The rest of the supplies scattered across Skaguay's busy street.

Phần hàng tiếp tế còn lại nằm rải rác trên khắp phố đông đúc của Skaguay.

Kind-hearted people rushed to stop the dogs and gather the gear.

Những người tốt bụng đã chạy đến ngăn cản đàn chó và thu gom đồ đạc.

They also gave advice, blunt and practical, to the new travelers.

Họ cũng đưa ra lời khuyên thẳng thắn và thực tế cho những du khách mới.

"If you want to reach Dawson, take half the load and double the dogs."

"Nếu muốn đến Dawson, hãy mang một nửa tải trọng và tăng gấp đôi số chó."

Hal, Charles, and Mercedes listened, though not with enthusiasm.

Hal, Charles và Mercedes lắng nghe, mặc dù không mấy nhiệt tình.

They pitched their tent and started sorting through their supplies.

Họ dựng lều và bắt đầu phân loại đồ dùng của mình.

Out came canned goods, which made onlookers laugh aloud.

Đồ hộp được mang ra khiến những người chứng kiến bật cười.

"Canned stuff on the trail? You'll starve before that melts," one said.

"Đồ hộp trên đường đi à? Bạn sẽ chết đói trước khi nó tan chảy", một người nói.

"Hotel blankets? You're better off throwing them all out."

"Chăn khách sạn ư? Tốt hơn là bạn nên vứt hết chúng đi."

"Ditch the tent, too, and no one washes dishes here."

"Cũng bỏ lều đi, ở đây không có ai rửa bát đâu."

"You think you're riding a Pullman train with servants on board?"

"Anh nghĩ anh đang đi tàu Pullman với người hầu trên tàu à?"

The process began—every useless item was tossed to the side.

Quá trình bắt đầu—mọi vật dụng vô dụng đều bị ném sang một bên.

Mercedes cried when her bags were emptied onto the snowy ground.

Mercedes khóc khi những chiếc túi của cô bị đổ xuống nền đất đầy tuyết.

She sobbed over every item thrown out, one by one without pause.

Cô nức nở không ngừng nghỉ khi nhìn thấy từng món đồ bị ném ra ngoài.

She vowed not to go one more step—not even for ten Charleses.

Cô thề sẽ không bước thêm một bước nào nữa, thậm chí là mười Charles.

She begged each person nearby to let her keep her precious things.

Cô ấy cầu xin mọi người xung quanh hãy để cô ấy giữ lại những đồ vật quý giá của mình.

At last, she wiped her eyes and began tossing even vital clothes.

Cuối cùng, cô lau mắt và bắt đầu vứt bỏ cả những bộ quần áo quan trọng.

When done with her own, she began emptying the men's supplies.

Khi đã xong việc của mình, cô bắt đầu đổ đồ dùng của nam giới.

Like a whirlwind, she tore through Charles and Hal's belongings.

Như một cơn lốc, cô xé toạc đồ đạc của Charles và Hal.

Though the load was halved, it was still far heavier than needed.

Mặc dù tải trọng đã giảm đi một nửa nhưng vẫn nặng hơn mức cần thiết.

That night, Charles and Hal went out and bought six new dogs.

Đêm đó, Charles và Hal ra ngoài và mua sáu con chó mới.

These new dogs joined the original six, plus Teek and Koona.

Những chú chó mới này đã gia nhập cùng sáu chú chó ban đầu, cộng thêm Teek và Koona.

Together they made a team of fourteen dogs hitched to the sled.

Họ cùng nhau tạo thành một đội gồm mười bốn con chó được buộc vào xe trượt tuyết.

But the new dogs were unfit and poorly trained for sled work.

Nhưng những chú chó mới này không đủ sức khỏe và chưa được huấn luyện tốt để kéo xe trượt tuyết.

Three of the dogs were short-haired pointers, and one was a Newfoundland.

Ba trong số những con chó này là chó săn lông ngắn và một con là chó Newfoundland.

The final two dogs were mutts of no clear breed or purpose at all.

Hai con chó cuối cùng là chó lai không có giống rõ ràng hoặc mục đích gì cả.

They didn't understand the trail, and they didn't learn it quickly.

Họ không hiểu đường mòn và cũng không học được nhanh chóng.

Buck and his mates watched them with scorn and deep irritation.

Buck và đồng bọn của nó nhìn họ với vẻ khinh thường và bực tức sâu sắc.

Though Buck taught them what not to do, he could not teach duty.

Mặc dù Buck dạy họ những điều không nên làm, nhưng ông không thể dạy họ về bổn phận.

They didn't take well to trail life or the pull of reins and sleds.

Họ không thích nghi tốt với cuộc sống trên đường mòn hoặc với sức kéo của dây cương và xe trượt tuyết.

Only the mongrels tried to adapt, and even they lacked fighting spirit.

Chỉ có những con lai mới cố gắng thích nghi, và ngay cả chúng cũng thiếu tinh thần chiến đấu.

The other dogs were confused, weakened, and broken by their new life.

Những con chó khác đều bối rối, yếu đuối và suy sụp trước cuộc sống mới.

With the new dogs clueless and the old ones exhausted, hope was thin.

Với những chú chó mới không biết gì và những chú chó cũ thì kiệt sức, hy vọng trở nên mong manh.

Buck's team had covered twenty-five hundred miles of harsh trail.

Đội của Buck đã vượt qua hai ngàn năm trăm dặm đường mòn hiểm trở.

Still, the two men were cheerful and proud of their large dog team.

Tuy nhiên, hai người đàn ông vẫn vui vẻ và tự hào về đội chó lớn của mình.

They thought they were traveling in style, with fourteen dogs hitched.

Họ nghĩ rằng họ đang đi du lịch theo phong cách riêng với mười bốn con chó được buộc vào.

They had seen sleds leave for Dawson, and others arrive from it.

Họ đã thấy những chiếc xe trượt tuyết rời đi Dawson, và những chiếc khác cũng đến từ đó.

But never had they seen one pulled by as many as fourteen dogs.

Nhưng họ chưa bao giờ thấy một con ngựa nào được kéo bởi tới mười bốn con chó.

There was a reason such teams were rare in the Arctic wilderness.

Có lý do khiến những đội như vậy rất hiếm ở vùng hoang dã Bắc Cực.

No sled could carry enough food to feed fourteen dogs for the trip.

Không có xe trượt tuyết nào có thể chở đủ thức ăn cho mười bốn con chó trong suốt chuyến đi.

But Charles and Hal didn't know that—they had done the math.

Nhưng Charles và Hal không biết điều đó—họ đã tính toán.

They penciled out the food: so much per dog, so many days, done.

Họ vạch ra kế hoạch thức ăn: mỗi con chó được cho bao nhiêu, trong bao nhiêu ngày, xong.

Mercedes looked at their figures and nodded as if it made sense.

Mercedes nhìn vào số liệu của họ và gật đầu như thể điều đó có lý.

It all seemed very simple to her, at least on paper.

Với cô, mọi chuyện có vẻ rất đơn giản, ít nhất là trên lý thuyết.

The next morning, Buck led the team slowly up the snowy street.

Sáng hôm sau, Buck dẫn cả đội đi chậm rãi trên con phố phủ đầy tuyết.

There was no energy or spirit in him or the dogs behind him.

Không có chút năng lượng hay tinh thần nào ở anh ta hay những con chó phía sau anh ta.

They were dead tired from the start—there was no reserve left.

Họ đã mệt mỏi ngay từ đầu—không còn sức lực dự trữ nữa.

Buck had made four trips between Salt Water and Dawson already.

Buck đã thực hiện bốn chuyến đi giữa Salt Water và Dawson.

Now, faced with the same trail again, he felt nothing but bitterness.

Bây giờ, khi phải đối mặt với con đường tương tự một lần nữa, anh chỉ cảm thấy cay đắng.

His heart was not in it, nor were the hearts of the other dogs.

Trái tim của ông không ở trong đó, và trái tim của những con chó khác cũng vậy.

The new dogs were timid, and the huskies lacked all trust.

Những chú chó mới thì nhút nhát, còn những chú chó husky thì không hề tin tưởng.

Buck sensed he could not rely on these two men or their sister.

Buck cảm thấy mình không thể tin tưởng vào hai người đàn ông này hoặc chị gái của họ.

They knew nothing and showed no signs of learning on the trail.

Họ không biết gì cả và cũng không có dấu hiệu học hỏi gì trên đường đi.

They were disorganized and lacked any sense of discipline.

Họ thiếu tổ chức và thiếu tinh thần kỷ luật.

It took them half the night to set up a sloppy camp each time.

Mỗi lần họ phải mất nửa đêm mới dựng được một trại tạm bợ.

And half the next morning they spent fumbling with the sled again.

Và nửa buổi sáng hôm sau họ lại loay hoay với chiếc xe trượt tuyết.

By noon, they often stopped just to fix the uneven load.

Đến trưa, họ thường dừng lại chỉ để sửa lại tình trạng hàng hóa không đều.

On some days, they traveled less than ten miles in total.

Có những ngày, tổng quãng đường họ đi chỉ chưa tới mười dặm.

Other days, they didn't manage to leave camp at all.

Những ngày khác, họ không thể rời khỏi trại được.

They never came close to covering the planned food-distance.

Họ không bao giờ đạt được gần đến khoảng cách dự định để mua thực phẩm.

As expected, they ran short on food for the dogs very quickly.

Đúng như dự đoán, họ nhanh chóng hết thức ăn cho chó.

They made matters worse by overfeeding in the early days.

Họ làm cho vấn đề trở nên tồi tệ hơn bằng cách cho ăn quá nhiều trong những ngày đầu.

This brought starvation closer with every careless ration.

Điều này khiến nạn đói ngày càng đến gần hơn với mỗi khẩu phần ăn thiếu cẩn thận.

The new dogs had not learned to survive on very little.

Những chú chó mới chưa học được cách sống sót với rất ít thức ăn.

They ate hungrily, with appetites too large for the trail.

Họ ăn một cách đói bụng, với một cái bụng quá lớn so với đường đi.

Seeing the dogs weaken, Hal believed the food wasn't enough.

Khi thấy đàn chó yếu đi, Hal tin rằng thức ăn không đủ.

He doubled the rations, making the mistake even worse.

Ông đã tăng gấp đôi khẩu phần ăn, khiến cho sai lầm càng trở nên tồi tệ hơn.

Mercedes added to the problem with tears and soft pleading.

Mercedes làm vấn đề trở nên trầm trọng hơn bằng những giọt nước mắt và lời cầu xin yếu ớt.

When she couldn't convince Hal, she fed the dogs in secret.

Khi không thể thuyết phục Hal, cô đã bí mật cho chó ăn.

She stole from the fish sacks and gave it to them behind his back.

Cô ấy lấy trộm cá trong túi đựng cá và đưa cho họ sau lưng anh ta.

But what the dogs truly needed wasn't more food—it was rest.

Nhưng thứ mà những chú chó thực sự cần không phải là thức ăn mà là sự nghỉ ngơi.

They were making poor time, but the heavy sled still dragged on.

Họ đi chậm hơn, nhưng chiếc xe trượt tuyết nặng vẫn kéo lê được.

That weight alone drained their remaining strength each day.

Chỉ riêng sức nặng đó đã làm cạn kiệt sức lực còn lại của họ mỗi ngày.

Then came the stage of underfeeding as the supplies ran low.

Sau đó đến giai đoạn thiếu thức ăn vì nguồn cung cấp cạn kiệt.

Hal realized one morning that half the dog food was already gone.

Một buổi sáng, Hal nhận ra rằng một nửa số thức ăn cho chó đã hết.

They had only traveled a quarter of the total trail distance.

Họ chỉ đi được một phần tư tổng quãng đường.

No more food could be bought, no matter what price was offered.

Không thể mua thêm thức ăn nữa, bất kể trả giá thế nào.

He reduced the dogs' portions below the standard daily ration.

Ông đã giảm khẩu phần ăn của chó xuống dưới mức tiêu chuẩn hàng ngày.

At the same time, he demanded longer travel to make up for loss.

Đồng thời, ông yêu cầu phải đi xa hơn để bù đắp cho sự mất mát.

Mercedes and Charles supported this plan, but failed in execution.

Mercedes và Charles ủng hộ kế hoạch này nhưng không thực hiện được.

Their heavy sled and lack of skill made progress nearly impossible.

Chiếc xe trượt tuyết nặng và thiếu kỹ năng khiến họ gần như không thể di chuyển được.

It was easy to give less food, but impossible to force more effort.

Thật dễ dàng để cho ít thức ăn hơn, nhưng không thể ép buộc nhiều nỗ lực hơn.

They couldn't start early, nor could they travel for extra hours.

Họ không thể bắt đầu sớm và cũng không thể di chuyển thêm nhiều giờ.

They didn't know how to work the dogs, nor themselves, for that matter.

Họ không biết cách huấn luyện những chú chó, cũng như chính bản thân họ.

The first dog to die was Dub, the unlucky but hardworking thief.

Con chó đầu tiên chết là Dub, một tên trộm xui xẻo nhưng chăm chỉ.

Though often punished, Dub had pulled his weight without complaint.

Mặc dù thường xuyên bị phạt, Dub vẫn hoàn thành nhiệm vụ của mình mà không phàn nàn.

His injured shoulder grew worse without care or needed rest.

Vai bị thương của anh ngày càng nặng hơn nếu không được chăm sóc hoặc nghỉ ngơi.

Finally, Hal used the revolver to end Dub's suffering.

Cuối cùng, Hal dùng súng lục để kết thúc sự đau khổ của Dub.

A common saying claimed that normal dogs die on husky rations.

Có một câu nói phổ biến rằng những con chó bình thường sẽ chết nếu ăn khẩu phần của chó husky.

Buck's six new companions had only half the husky's share of food.

Sáu người bạn đồng hành mới của Buck chỉ có một nửa lượng thức ăn của loài husky.

The Newfoundland died first, then the three short-haired pointers.

Con chó Newfoundland chết đầu tiên, sau đó là ba con chó săn lông ngắn.

The two mongrels held on longer but finally perished like the rest.

Hai con chó lai này cố gắng chống cự lâu hơn nhưng cuối cùng cũng chết như những con khác.

By this time, all the amenities and gentleness of the Southland were gone.

Vào thời điểm này, mọi tiện nghi và sự dịu dàng của miền Nam đã không còn nữa.

The three people had shed the last traces of their civilized upbringing.

Ba người này đã xóa bỏ những dấu vết cuối cùng của nền giáo dục văn minh.

Stripped of glamour and romance, Arctic travel became brutally real.

Không còn sự quyến rũ và lãng mạn, du lịch Bắc Cực trở nên thực tế đến tàn khốc.

It was a reality too harsh for their sense of manhood and womanhood.

Đó là một thực tế quá khắc nghiệt đối với nhận thức của họ về nam tính và nữ tính.

Mercedes no longer wept for the dogs, but now wept only for herself.

Mercedes không còn khóc cho những chú chó nữa mà giờ đây chỉ khóc cho chính mình.

She spent her time crying and quarreling with Hal and Charles.

Bà dành thời gian để khóc lóc và cãi vã với Hal và Charles.

Quarreling was the one thing they were never too tired to do.

Cãi nhau là điều duy nhất mà họ không bao giờ cảm thấy quá mệt mỏi.

Their irritability came from misery, grew with it, and surpassed it.

Sự cáu kỉnh của họ xuất phát từ nỗi đau khổ, lớn lên cùng nỗi đau khổ và vượt qua nó.

The patience of the trail, known to those who toil and suffer kindly, never came.

Sự kiên nhẫn của chặng đường, vốn chỉ dành cho những ai lao động và chịu đựng một cách tử tế, không bao giờ đến.

That patience, which keeps speech sweet through pain, was unknown to them.

Sự kiên nhẫn đó, giúp lời nói ngọt ngào hơn qua nỗi đau, là điều họ không hề biết đến.

They had no hint of patience, no strength drawn from suffering with grace.

Họ không hề có chút kiên nhẫn nào, không hề có sức mạnh nào được rút ra từ sự đau khổ một cách thanh thản.

They were stiff with pain—aching in their muscles, bones, and hearts.

Họ cứng đờ vì đau đớn—đau nhức ở cơ, xương và tim.

Because of this, they grew sharp of tongue and quick with harsh words.

Vì thế, họ trở nên cay nghiệt và nhanh miệng nói những lời cay nghiệt.

Each day began and ended with angry voices and bitter complaints.

Mỗi ngày bắt đầu và kết thúc bằng những giọng nói giận dữ và lời phàn nàn cay đắng.

Charles and Hal wrangled whenever Mercedes gave them a chance.

Charles và Hal cãi nhau mỗi khi Mercedes cho họ cơ hội.

Each man believed he did more than his fair share of the work.

Mỗi người đều tin rằng mình đã làm nhiều hơn phần việc được giao.

Neither ever missed a chance to say so, again and again.

Không ai trong số họ từng bỏ lỡ cơ hội để nói điều đó, hết lần này đến lần khác.

Sometimes Mercedes sided with Charles, sometimes with Hal.

Đôi khi Mercedes đứng về phía Charles, đôi khi lại đứng về phía Hal.

This led to a grand and endless quarrel among the three.

Điều này dẫn đến một cuộc cãi vã lớn và không hồi kết giữa ba người.

A dispute over who should chop firewood grew out of control.

Một cuộc tranh cãi về việc ai nên chặt củi đã trở nên mất kiểm soát.

Soon, fathers, mothers, cousins, and dead relatives were named.

Chẳng bao lâu sau, tên của cha, mẹ, anh chị em họ và người thân đã khuất cũng được nêu tên.

Hal's views on art or his uncle's plays became part of the fight.

Quan điểm của Hal về nghệ thuật hoặc các vở kịch của chú anh đã trở thành một phần của cuộc chiến.

Charles's political beliefs also entered the debate.

Quan điểm chính trị của Charles cũng được đưa vào cuộc tranh luận.

To Mercedes, even her husband's sister's gossip seemed relevant.

Với Mercedes, ngay cả lời đồn đại của chị chồng cô cũng có vẻ liên quan.

She aired opinions on that and on many of Charles's family's flaws.

Bà đã nêu ý kiến về vấn đề đó và về nhiều khuyết điểm của gia đình Charles.

While they argued, the fire stayed unlit and camp half set.

Trong lúc họ cãi nhau, lửa vẫn không được nhóm và trại vẫn chưa dựng xong.

Meanwhile, the dogs remained cold and without any food.

Trong khi đó, những chú chó vẫn lạnh và không có thức ăn.

Mercedes held a grievance she considered deeply personal.
Mercedes có một nỗi bất bình mà bà coi là vô cùng riêng tư.

She felt mistreated as a woman, denied her gentle privileges.
Bà cảm thấy mình bị đối xử tệ bạc với tư cách là một người phụ nữ, bị tước mất những quyền lợi tốt đẹp của mình.

She was pretty and soft, and used to chivalry all her life.
Cô ấy xinh đẹp, dịu dàng và đã quen với phong cách hiệp sĩ suốt cuộc đời mình.

But her husband and brother now treated her with impatience.
Nhưng chồng và anh trai bà bây giờ lại đối xử với bà một cách thiếu kiên nhẫn.

Her habit was to act helpless, and they began to complain.
Thói quen của cô là tỏ ra bất lực, và họ bắt đầu phàn nàn.

Offended by this, she made their lives all the more difficult.
Cảm thấy bị xúc phạm vì điều này, cô đã làm cho cuộc sống của họ trở nên khó khăn hơn.

She ignored the dogs and insisted on riding the sled herself.
Cô ấy không quan tâm đến những con chó và khăng khăng đòi tự mình cưỡi xe trượt tuyết.

Though light in looks, she weighed one hundred twenty pounds.
Mặc dù trông có vẻ nhẹ nhàng, nhưng cô ấy nặng tới một trăm hai mươi pound.

That added burden was too much for the starving, weak dogs.
Gánh nặng đó quá sức chịu đựng của những chú chó yếu ớt, đói khát.

Still, she rode for days, until the dogs collapsed in the reins.
Tuy nhiên, bà vẫn cưỡi ngựa trong nhiều ngày, cho đến khi những con chó gục ngã trong dây cương.

The sled stood still, and Charles and Hal begged her to walk.
Chiếc xe trượt tuyết dừng lại, Charles và Hal nài nỉ cô đi bộ.

They pleaded and entreated, but she wept and called them cruel.

Họ cầu xin và van xin, nhưng bà khóc lóc và gọi họ là tàn nhẫn.

On one occasion, they pulled her off the sled with sheer force and anger.

Có lần, họ kéo cô ra khỏi xe trượt tuyết bằng sức mạnh và sự tức giận.

They never tried again after what happened that time.

Họ không bao giờ thử lại sau những gì đã xảy ra lần đó.

She went limp like a spoiled child and sat in the snow.

Cô ấy mềm nhũn như một đứa trẻ hư và ngồi trên tuyết.

They moved on, but she refused to rise or follow behind.

Họ bước tiếp, nhưng cô ấy từ chối đứng dậy hoặc đi theo sau.

After three miles, they stopped, returned, and carried her back.

Sau ba dặm, họ dừng lại, quay lại và cõng cô bé về.

They reloaded her onto the sled, again using brute strength.

Họ lại dùng sức mạnh thô bạo để chất cô lên xe trượt tuyết.

In their deep misery, they were callous to the dogs' suffering.

Trong nỗi đau khổ tột cùng, họ vô cảm trước nỗi đau khổ của những chú chó.

Hal believed one must get hardened and forced that belief on others.

Hal tin rằng người ta phải trở nên cứng rắn hơn và áp đặt niềm tin đó lên người khác.

He first tried to preach his philosophy to his sister

Đầu tiên ông cố gắng truyền bá triết lý của mình cho chị gái mình

and then, without success, he preached to his brother-in-law.

và sau đó, không thành công, ông đã thuyết giảng cho anh rể của mình.

He had more success with the dogs, but only because he hurt them.

Ông thành công hơn với những con chó, nhưng chỉ vì ông làm chúng bị thương.

At Five Fingers, the dog food ran out of food completely.

Ở Five Fingers, thức ăn cho chó đã hết sạch.

A toothless old squaw sold a few pounds of frozen horse-hide

Một bà già không răng đã bán một vài pound da ngựa đông lạnh

Hal traded his revolver for the dried horse-hide.

Hal đổi khẩu súng lục của mình để lấy tấm da ngựa khô.

The meat had come from starved horses of cattlemen months before.

Thịt này được lấy từ những con ngựa đói của người chăn nuôi từ nhiều tháng trước.

Frozen, the hide was like galvanized iron; tough and inedible.

Khi bị đông lạnh, lớp da trông giống như sắt mạ kẽm; dai và không thể ăn được.

The dogs had to chew endlessly at the hide to eat it.

Những con chó phải nhai liên tục tấm da để ăn nó.

But the leathery strings and short hair were hardly nourishment.

Nhưng những sợi dây da và lông ngắn này khó có thể là nguồn dinh dưỡng.

Most of the hide was irritating, and not food in any true sense.

Hầu hết lớp da đều gây khó chịu và không thực sự là thức ăn.

And through it all, Buck staggered at the front, like in a nightmare.

Và trong suốt chuyến đi, Buck loạng choạng đi về phía trước, như thể đang trong cơn ác mộng.

He pulled when able; when not, he lay until whip or club raised him.

Anh ta kéo khi có thể; khi không thể, anh ta nằm cho đến khi bị roi hoặc dùi cui đánh thức.

His fine, glossy coat had lost all stiffness and sheen it once had.

Bộ lông bóng mượt, mịn màng của nó đã mất đi độ cứng và bóng như trước.

His hair hung limp, draggled, and clotted with dried blood from the blows.

Tóc anh ta rũ xuống, bết lại và dính đầy máu khô từ những cú đánh.

His muscles shrank to cords, and his flesh pads were all worn away.

Cơ bắp của ông co lại thành từng sợi, và các miếng thịt đều bị mòn đi.

Each rib, each bone showed clearly through folds of wrinkled skin.

Từng chiếc xương sườn, từng chiếc xương hiện rõ qua những nếp da nhăn nheo.

It was heartbreaking, yet Buck's heart could not break.

Thật đau lòng, nhưng trái tim Buck không thể tan vỡ.

The man in the red sweater had tested that and proved it long ago.

Người đàn ông mặc áo len đỏ đã thử nghiệm và chứng minh điều đó từ lâu rồi.

As it was with Buck, so it was with all his remaining teammates.

Giống như Buck, tất cả đồng đội còn lại của anh cũng vậy.

There were seven in total, each one a walking skeleton of misery.

Tổng cộng có bảy người, mỗi người là một bộ xương biết đi đầy đau khổ.

They had grown numb to lash, feeling only distant pain.

Họ đã trở nên tê liệt, chỉ cảm thấy nỗi đau ở xa.

Even sight and sound reached them faintly, as through a thick fog.

Ngay cả hình ảnh và âm thanh cũng chỉ đến được với họ một cách mờ nhạt, như qua một màn sương mù dày đặc.

They were not half alive—they were bones with dim sparks inside.

Họ không còn sống nữa—họ chỉ còn là những bộ xương với những tia lửa mờ nhạt bên trong.

When stopped, they collapsed like corpses, their sparks almost gone.

Khi dừng lại, chúng ngã gục như xác chết, tia lửa gần như biến mất.

And when the whip or club struck again, the sparks fluttered weakly.

Và khi roi hay dùi cui đánh lại, những tia lửa yếu ớt rung lên.

Then they rose, staggered forward, and dragged their limbs ahead.

Sau đó, họ đứng dậy, loạng choạng tiến về phía trước và lê chân tay về phía trước.

One day kind Billee fell and could no longer rise at all.

Một ngày nọ, Billee tốt bụng bị ngã và không thể tự đứng dậy được nữa.

Hal had traded his revolver, so he used an axe to kill Billee instead.

Hal đã đổi khẩu súng lục của mình, vì vậy anh ta dùng rìu để giết Billee.

He struck him on the head, then cut his body free and dragged it away.

Anh ta đánh vào đầu anh ta, sau đó cắt cơ thể anh ta ra và kéo đi.

Buck saw this, and so did the others; they knew death was near.

Buck nhìn thấy điều này, và những người khác cũng vậy; họ biết cái chết đã gần kề.

Next day Koona went, leaving just five dogs in the starving team.

Ngày hôm sau Koona ra đi, chỉ còn lại năm chú chó trong đội đang đói khát.

Joe, no longer mean, was too far gone to be aware of much at all.

Joe, không còn xấu tính nữa, đã đi quá xa và không còn nhận thức được nhiều điều nữa.

Pike, no longer faking his injury, was barely conscious.

Pike không còn giả vờ bị thương nữa và gần như đã tỉnh lại.

Solleks, still faithful, mourned he had no strength to give.

Solleks, vẫn trung thành, than khóc vì không còn sức lực để cống hiến.

Teek was beaten most because he was fresher, but fading fast.

Teek bị đánh bại chủ yếu vì anh ta tươi tắn hơn nhưng lại yếu đi rất nhanh.

And Buck, still in the lead, no longer kept order or enforced it.

Và Buck, vẫn dẫn đầu, không còn giữ trật tự hoặc thực thi trật tự nữa.

Half blind with weakness, Buck followed the trail by feel alone.

Nửa mù nửa tỉnh vì yếu, Buck lần theo dấu vết chỉ bằng cảm giác.

It was beautiful spring weather, but none of them noticed it.

Thời tiết mùa xuân rất đẹp, nhưng không ai để ý đến điều đó.

Each day the sun rose earlier and set later than before.

Mỗi ngày, mặt trời mọc sớm hơn và lặn muộn hơn.

By three in the morning, dawn had come; twilight lasted till nine.

Đến ba giờ sáng, bình minh đã tới; hoàng hôn kéo dài đến chín giờ.

The long days were filled with the full blaze of spring sunshine.

Những ngày dài tràn ngập ánh nắng rực rỡ của mùa xuân.

The ghostly silence of winter had changed into a warm murmur.

Sự im lặng ma quái của mùa đông đã chuyển thành tiếng thì thầm ấm áp.

All the land was waking, alive with the joy of living things.

Cả vùng đất như thức giấc, tràn đầy niềm vui của sự sống.

The sound came from what had lain dead and still through winter.

Âm thanh đó phát ra từ thứ gì đó đã chết và bất động suốt mùa đông.

Now, those things moved again, shaking off the long frost sleep.

Bây giờ, những thứ đó lại chuyển động, rũ bỏ giấc ngủ dài trong sương giá.

Sap was rising through the dark trunks of the waiting pine trees.

Nhựa cây đang trào ra qua những thân cây thông sẫm màu đang chờ đợi.

Willows and aspens burst out bright young buds on each twig.

Cây liễu và cây dương nảy ra những nụ non tươi sáng trên mỗi cành.

Shrubs and vines put on fresh green as the woods came alive.

Cây bụi và dây leo khoác lên mình màu xanh tươi khi khu rừng trở nên sống động.

Crickets chirped at night, and bugs crawled in daylight sun.

Tiếng dế kêu vào ban đêm và côn trùng bò dưới ánh nắng ban ngày.

Partridges boomed, and woodpeckers knocked deep in the trees.

Chim gáy vang, và chim gõ kiến gõ sâu vào trong các thân cây.

Squirrels chattered, birds sang, and geese honked over the dogs.

Sóc kêu ríu rít, chim hót líu lo và ngỗng kêu át tiếng chó.

The wild-fowl came in sharp wedges, flying up from the south.

Các loài chim hoang dã bay đến theo từng đàn sắc nhọn từ phía nam.

From every hillside came the music of hidden, rushing streams.

Từ mỗi sườn đồi vọng đến âm thanh của những dòng suối chảy xiết ẩn hiện.

All things thawed and snapped, bent and burst back into motion.

Mọi thứ tan ra và vỡ ra, cong lại và chuyển động trở lại.

The Yukon strained to break the cold chains of frozen ice.

Dòng sông Yukon cố gắng phá vỡ những chuỗi băng giá lạnh giá.

The ice melted underneath, while the sun melted it from above.

Băng tan bên dưới, trong khi mặt trời làm tan băng từ phía trên.

Air-holes opened, cracks spread, and chunks fell into the river.

Các lỗ thông hơi mở ra, các vết nứt lan rộng và những khối đá rơi xuống sông.

Amid all this bursting and blazing life, the travelers staggered.

Giữa cuộc sống sôi động và náo nhiệt này, những lữ khách đều lảo đảo.

Two men, a woman, and a pack of huskies walked like the dead.

Hai người đàn ông, một người phụ nữ và một đàn chó husky đi như chết.

The dogs were falling, Mercedes wept, but still rode the sled.

Những con chó ngã xuống, Mercedes khóc, nhưng vẫn tiếp tục cưỡi xe trượt tuyết.

Hal cursed weakly, and Charles blinked through watering eyes.

Hal yếu ớt chửi thề, còn Charles chớp mắt với đôi mắt đẫm lệ.

They stumbled into John Thornton's camp by White River's mouth.

Họ tình cờ đi vào trại của John Thornton ở cửa sông White.

When they stopped, the dogs dropped flat, as if all struck dead.

Khi họ dừng lại, những con chó nằm rạp xuống, như thể tất cả đều chết hết.

Mercedes wiped her tears and looked across at John Thornton.

Mercedes lau nước mắt và nhìn sang John Thornton.

Charles sat on a log, slowly and stiffly, aching from the trail.

Charles ngồi trên một khúc gỗ, chậm rãi và cứng đờ, đau nhức vì đường dài.

Hal did the talking as Thornton carved the end of an axe-handle.

Hal vừa nói vừa dùng tay khoét một đầu cán rìu.

He whittled birch wood and answered with brief, firm replies.

Ông đẽo gỗ bạch dương và trả lời bằng những câu trả lời ngắn gọn nhưng chắc chắn.

When asked, he gave advice, certain it wasn't going to be followed.

Khi được hỏi, ông đã đưa ra lời khuyên, nhưng chắc chắn rằng lời khuyên đó sẽ không được thực hiện.

Hal explained, "They told us the trail ice was dropping out."

Hal giải thích, "Họ nói với chúng tôi rằng băng tuyết đang tan dần."

"They said we should stay put—but we made it to White River."

"Họ bảo chúng tôi nên ở lại—nhưng chúng tôi đã đến White River."

He ended with a sneering tone, as if to claim victory in hardship.

Ông ta kết thúc bằng giọng điệu khinh thường, như thể đang tuyên bố chiến thắng trong khó khăn.

"And they told you true," John Thornton answered Hal quietly.

"Và họ đã nói đúng," John Thornton trả lời Hal một cách nhẹ nhàng.

"The ice may give way at any moment—it's ready to drop out."

"Băng có thể vỡ bất cứ lúc nào—nó sẵn sàng rơi ra."

"Only blind luck and fools could have made it this far alive."

"Chỉ có sự may mắn mù quáng và những kẻ ngốc mới có thể sống sót đến tận đây."

"I tell you straight, I wouldn't risk my life for all Alaska's gold."

"Tôi nói thẳng với anh, tôi sẽ không mạo hiểm mạng sống của mình để đổi lấy toàn bộ vàng của Alaska đâu."

"That's because you're not a fool, I suppose," Hal answered.

"Tôi cho là vì anh không phải là kẻ ngốc," Hal trả lời.

"All the same, we'll go on to Dawson." He uncoiled his whip.

"Dù sao thì chúng ta vẫn sẽ đi đến Dawson." Anh ta tháo roi ra.

"Get up there, Buck! Hi! Get up! Go on!" he shouted harshly.

"Lên đó đi, Buck! Xin chào! Lên đi! Tiến lên!" anh ta hét lớn.

Thornton kept whittling, knowing fools won't hear reason.

Thornton tiếp tục gọt giũa, biết rằng kẻ ngốc sẽ không nghe lý lẽ.

To stop a fool was futile—and two or three fooled changed nothing.

Ngăn cản một kẻ ngốc là vô ích—và hai hoặc ba kẻ bị lừa cũng chẳng thay đổi được gì.

But the team didn't move at the sound of Hal's command.

Nhưng cả đội không di chuyển theo lệnh của Hal.

By now, only blows could make them rise and pull forward.

Lúc này, chỉ có những cú đánh mới có thể khiến chúng đứng dậy và tiến về phía trước.

The whip snapped again and again across the weakened dogs.

Chiếc roi quất liên hồi vào những con chó yếu ớt.

John Thornton pressed his lips tightly and watched in silence.

John Thornton mím chặt môi và im lặng quan sát.

Solleks was the first to crawl to his feet under the lash.

Solleks là người đầu tiên bò dậy dưới roi.

Then Teek followed, trembling. Joe yelped as he stumbled up.

Rồi Teek chạy theo, run rẩy. Joe hét lên khi loạng choạng đứng dậy.

Pike tried to rise, failed twice, then finally stood unsteadily.

Pike cố gắng đứng dậy, thất bại hai lần, rồi cuối cùng đứng không vững.

But Buck lay where he had fallen, not moving at all this time.

Nhưng Buck vẫn nằm nguyên tại chỗ, không hề nhúc nhích.

The whip slashed him over and over, but he made no sound.

Cái roi quất liên tục vào anh ta, nhưng anh ta không hề kêu một tiếng nào.

He did not flinch or resist, simply remained still and quiet.

Anh ta không hề nao núng hay chống cự, chỉ đứng yên và im lặng.

Thornton stirred more than once, as if to speak, but didn't.

Thornton liên tục cựa quậy như muốn nói gì đó, nhưng rồi lại thôi.

His eyes grew wet, and still the whip cracked against Buck.

Đôi mắt anh đẫm lệ, nhưng roi vẫn quất vào Buck.

At last, Thornton began pacing slowly, unsure of what to do.

Cuối cùng, Thornton bắt đầu bước đi chậm rãi, không biết phải làm gì.

It was the first time Buck had failed, and Hal grew furious.

Đó là lần đầu tiên Buck thất bại và Hal vô cùng tức giận.

He threw down the whip and picked up the heavy club instead.

Anh ta vứt roi xuống và cầm lấy cây gậy nặng.

The wooden club came down hard, but Buck still did not rise to move.

Cây gậy gỗ giáng mạnh xuống, nhưng Buck vẫn không đứng dậy để di chuyển.

Like his teammates, he was too weak—but more than that.

Giống như các đồng đội của mình, anh ấy quá yếu—nhưng còn hơn thế nữa.

Buck had decided not to move, no matter what came next.

Buck đã quyết định không di chuyển, bất kể chuyện gì xảy ra tiếp theo.

He felt something dark and certain hovering just ahead.

Anh cảm thấy có thứ gì đó đen tối và chắc chắn đang lơ lửng ngay phía trước.

That dread had seized him as soon as he reached the riverbank.

Nỗi sợ hãi đã xâm chiếm anh ngay khi anh tới bờ sông.

The feeling had not left him since he felt the ice thin under his paws.

Cảm giác đó vẫn còn nguyên vẹn kể từ lúc anh cảm thấy lớp băng mỏng dưới bàn chân mình.

Something terrible was waiting—he felt it just down the trail.

Có điều gì đó khủng khiếp đang chờ đợi anh - anh cảm thấy nó ngay trên con đường mòn.

He wasn't going to walk towards that terrible thing ahead

Anh ấy sẽ không bước về phía thứ khủng khiếp phía trước

He was not going to obey any command that took him to that thing.

Anh ta sẽ không tuân theo bất kỳ mệnh lệnh nào đưa anh ta đến nơi đó.

The pain of the blows hardly touched him now—he was too far gone.

Cơn đau từ những cú đánh giờ đây hầu như không còn tác động đến anh nữa - anh đã đi quá xa rồi.

The spark of life flickered low, dimmed beneath each cruel strike.

Tia lửa của sự sống yếu dần, mờ dần sau mỗi đòn tấn công tàn khốc.

His limbs felt distant; his whole body seemed to belong to another.

Tứ chi của anh cảm thấy xa xôi; toàn bộ cơ thể dường như thuộc về một người khác.

He felt a strange numbness as the pain faded out completely.

Anh cảm thấy một cảm giác tê liệt lạ lùng khi cơn đau biến mất hoàn toàn.

From far away, he sensed he was being beaten, but barely knew.

Từ xa, anh cảm nhận được mình đang bị đánh, nhưng anh hầu như không biết.

He could hear the thuds faintly, but they no longer truly hurt.

Anh có thể nghe thấy tiếng động rất nhỏ, nhưng chúng không còn thực sự gây đau nữa.

The blows landed, but his body no longer seemed like his own.

Những đòn đánh giáng xuống, nhưng cơ thể anh dường như không còn là của riêng anh nữa.

Then suddenly, without warning, John Thornton gave a wild cry.

Rồi đột nhiên, không báo trước, John Thornton hét lên một tiếng thảm thiết.

It was inarticulate, more the cry of a beast than of a man.

Tiếng kêu đó không rõ ràng, giống tiếng kêu của loài thú hơn là tiếng kêu của con người.

He leapt at the man with the club and knocked Hal backward.

Anh ta nhảy vào người đàn ông cầm dùi cui và đánh Hal ngã về phía sau.

Hal flew as if struck by a tree, landing hard upon the ground.

Hal bay đi như thể bị cây đập vào, đáp mạnh xuống đất.

Mercedes screamed aloud in panic and clutched at her face.

Mercedes hét lên trong hoảng loạn và ôm chặt mặt.

Charles only looked on, wiped his eyes, and stayed seated.

Charles chỉ nhìn, lau mắt rồi ngồi im.

His body was too stiff with pain to rise or help in the fight.

Cơ thể ông quá cứng đờ vì đau đớn đến nỗi không thể đứng dậy hoặc tham gia chiến đấu.

Thornton stood over Buck, trembling with fury, unable to speak.

Thornton đứng trên Buck, run rẩy vì giận dữ, không nói nên lời.

He shook with rage and fought to find his voice through it.

Anh ta run lên vì giận dữ và cố gắng tìm lại giọng nói của mình.

"If you strike that dog again, I'll kill you," he finally said.

Cuối cùng anh ta nói: "Nếu mày còn đánh con chó đó nữa, tao sẽ giết mày".

Hal wiped blood from his mouth and came forward again.

Hal lau máu trên miệng và tiến về phía trước lần nữa.

"It's my dog," he muttered. **"Get out of the way, or I'll fix you."**

"Đó là chó của tôi," anh ta lầm bầm. "Tránh ra, nếu không tôi sẽ xử anh."

"I'm going to Dawson, and you're not stopping me," he added.

"Tôi sẽ đến Dawson, và anh không được phép ngăn cản tôi", ông nói thêm.

Thornton stood firm between Buck and the angry young man.

Thornton đứng vững giữa Buck và chàng trai trẻ giận dữ.

He had no intention of stepping aside or letting Hal pass.

Anh ta không có ý định tránh sang một bên hoặc để Hal đi qua.

Hal pulled out his hunting knife, long and dangerous in hand.

Hal rút con dao săn của mình ra, dài và nguy hiểm trong tay.

Mercedes screamed, then cried, then laughed in wild hysteria.

Mercedes hét lên, rồi khóc, rồi cười trong cơn cuồng loạn dữ dội.

Thornton struck Hal's hand with his axe-handle, hard and fast.

Thornton đánh vào tay Hal bằng cán rìu, mạnh và nhanh.

The knife was knocked loose from Hal's grip and flew to the ground.

Con dao tuột khỏi tay Hal và bay xuống đất.

Hal tried to pick the knife up, and Thornton rapped his knuckles again.

Hal cố nhặt con dao lên nhưng Thornton lại gõ vào đốt ngón tay anh.

Then Thornton stooped down, grabbed the knife, and held it.

Sau đó Thornton cúi xuống, cầm lấy con dao và giữ chặt.

With two quick chops of the axe-handle, he cut Buck's reins.

Anh ta chặt nhanh hai nhát cán rìu và cắt đứt dây cương của Buck.

Hal had no fight left in him and stepped back from the dog.
Hal không còn sức chiến đấu nữa và lùi xa con chó.

Besides, Mercedes needed both arms now to keep her upright.
Hơn nữa, Mercedes bây giờ cần cả hai tay để giữ thăng bằng.

Buck was too near death to be of use for pulling a sled again.
Buck đã quá gần cái chết để có thể tiếp tục kéo xe trượt tuyết.

A few minutes later, they pulled out, heading down the river.
Vài phút sau, họ rời đi và đi về phía hạ lưu sông.

Buck raised his head weakly and watched them leave the bank.
Buck yếu ớt ngẩng đầu lên và nhìn họ rời khỏi bờ.

Pike led the team, with Solleks at the rear in the wheel spot.
Pike dẫn đầu nhóm, còn Solleks ở phía sau trong vị trí bánh xe.

Joe and Teek walked between, both limping with exhaustion.
Joe và Teek đi ở giữa, cả hai đều khập khiễng vì kiệt sức.

Mercedes sat on the sled, and Hal gripped the long gee-pole.
Mercedes ngồi trên xe trượt tuyết, còn Hal nắm chặt cần lái dài.

Charles stumbled behind, his steps clumsy and uncertain.
Charles loạng choạng đi theo phía sau, bước chân vụng về và không chắc chắn.

Thornton knelt by Buck and gently felt for broken bones.
Thornton quỳ xuống bên Buck và nhẹ nhàng kiểm tra xem có xương gãy nào không.

His hands were rough but moved with kindness and care.
Đôi bàn tay của ông thô ráp nhưng cử động một cách ân cần và cẩn thận.

Buck's body was bruised but showed no lasting injury.
Cơ thể của Buck bị bầm tím nhưng không có thương tích lâu dài.

What remained was terrible hunger and near-total weakness.
Những gì còn lại là cơn đói khủng khiếp và sự suy nhược gần như hoàn toàn.

By the time this was clear, the sled had gone far downriver.

Khi nhận ra điều này thì chiếc xe trượt tuyết đã đi khá xa về phía hạ lưu.

Man and dog watched the sled slowly crawl over the cracking ice.

Người đàn ông và chú chó dõi theo chiếc xe trượt tuyết từ từ bò trên lớp băng nứt nẻ.

Then, they saw the sled sink down into a hollow.

Sau đó, họ thấy chiếc xe trượt tuyết chìm xuống một cái hố.

The gee-pole flew up, with Hal still clinging to it in vain.

Cột buồm bay lên, Hal vẫn bám vào nó một cách vô ích.

Mercedes's scream reached them across the cold distance.

Tiếng hét của Mercedes vang vọng khắp khoảng cách lạnh giá.

Charles turned and stepped back—but he was too late.

Charles quay lại và bước lùi lại—nhưng đã quá muộn.

A whole ice sheet gave way, and they all dropped through.

Cả một tảng băng vỡ ra và tất cả bọn họ đều rơi xuống.

Dogs, sled, and people vanished into the black water below.

Chó, xe trượt tuyết và người đều biến mất vào làn nước đen bên dưới.

Only a wide hole in the ice was left where they had passed.

Chỉ còn lại một lỗ hổng rộng trên băng ở nơi họ đi qua.

The trail's bottom had dropped out—just as Thornton warned.

Đáy đường mòn đã dốc xuống—đúng như Thornton đã cảnh báo.

Thornton and Buck looked at one another, silent for a moment.

Thornton và Buck nhìn nhau, im lặng một lúc.

"You poor devil," said Thornton softly, and Buck licked his hand.

"Đồ khốn khổ," Thornton nhẹ nhàng nói, và Buck liếm tay anh.

For the Love of a Man
Vì tình yêu của một người đàn ông

John Thornton froze his feet in the cold of the previous December.

John Thornton bị cóng chân trong cái lạnh của tháng 12 năm trước.

His partners made him comfortable and left him to recover alone.

Các cộng sự của ông giúp ông cảm thấy thoải mái và để ông tự hồi phục.

They went up the river to gather a raft of saw-logs for Dawson.

Họ đi ngược dòng sông để gom một bè gỗ xẻ về Dawson.

He was still limping slightly when he rescued Buck from death.

Anh ấy vẫn còn khập khiễng một chút khi cứu Buck khỏi cái chết.

But with warm weather continuing, even that limp disappeared.

Nhưng khi thời tiết ấm áp tiếp tục, ngay cả sự khập khiễng đó cũng biến mất.

Lying by the riverbank during long spring days, Buck rested.

Nằm bên bờ sông trong những ngày xuân dài, Buck nghỉ ngơi.

He watched the flowing water and listened to birds and insects.

Ông ngắm nhìn dòng nước chảy và lắng nghe tiếng chim và côn trùng.

Slowly, Buck regained his strength under the sun and sky.

Buck dần lấy lại sức lực dưới ánh mặt trời và bầu trời.

A rest felt wonderful after traveling three thousand miles.

Cảm giác nghỉ ngơi thật tuyệt vời sau chuyến đi ba ngàn dặm.

Buck became lazy as his wounds healed and his body filled out.

Buck trở nên lười biếng khi vết thương của nó lành lại và cơ thể nó phát triển.

His muscles grew firm, and flesh returned to cover his bones.

Cơ bắp của ông trở nên săn chắc và thịt đã mọc lại để che phủ xương.

They were all resting—Buck, Thornton, Skeet, and Nig.

Tất cả bọn họ đều đang nghỉ ngơi—Buck, Thornton, Skeet và Nig.

They waited for the raft that was going to carry them down to Dawson.

Họ chờ chiếc bè sẽ đưa họ xuống Dawson.

Skeet was a small Irish setter who made friends with Buck.

Skeet là một chú chó săn nhỏ người Ireland đã kết bạn với Buck.

Buck was too weak and ill to resist her at their first meeting.

Buck quá yếu và bệnh để có thể cưỡng lại cô trong lần gặp đầu tiên.

Skeet had the healer trait that some dogs naturally possess.

Skeet có đặc điểm chữa bệnh mà một số loài chó khác vốn có.

Like a mother cat, she licked and cleaned Buck's raw wounds.

Giống như một con mèo mẹ, cô liếm và rửa sạch những vết thương hở của Buck.

Every morning after breakfast, she repeated her careful work.

Mỗi sáng sau khi ăn sáng, cô lại lặp lại công việc cẩn thận của mình.

Buck came to expect her help as much as he did Thornton's.

Buck mong đợi sự giúp đỡ của cô nhiều như mong đợi của Thornton.

Nig was friendly too, but less open and less affectionate.

Nig cũng thân thiện nhưng ít cởi mở và ít tình cảm hơn.

Nig was a big black dog, part bloodhound and part deerhound.

Nig là một con chó đen to lớn, một phần là chó săn và một phần là chó săn nai.

He had laughing eyes and endless good nature in his spirit.

Ông có đôi mắt biết cười và bản tính tốt bụng vô tận.

To Buck's surprise, neither dog showed jealousy toward him.

Điều khiến Buck ngạc nhiên là không có con chó nào tỏ ra ghen tị với nó.

Both Skeet and Nig shared the kindness of John Thornton.

Cả Skeet và Nig đều nhận được lòng tốt của John Thornton.

As Buck got stronger, they lured him into foolish dog games.

Khi Buck trở nên mạnh mẽ hơn, họ dụ nó vào những trò chơi chó ngu ngốc.

Thornton often played with them too, unable to resist their joy.

Thornton cũng thường chơi với chúng, không thể cưỡng lại niềm vui của chúng.

In this playful way, Buck moved from illness to a new life.

Bằng cách vui tươi này, Buck đã vượt qua bệnh tật và bắt đầu một cuộc sống mới.

Love—true, burning, and passionate love—was his at last.

Tình yêu - tình yêu chân thành, cháy bỏng và nồng nàn - cuối cùng đã thuộc về anh.

He had never known this kind of love at Miller's estate.

Anh chưa bao giờ biết đến tình yêu như thế này ở điền trang của Miller.

With the Judge's sons, he had shared work and adventure.

Ông đã cùng chia sẻ công việc và cuộc phiêu lưu với các con trai của Thẩm phán.

With the grandsons, he saw stiff and boastful pride.

Ở những đứa cháu trai, ông thấy sự kiêu hãnh cứng nhắc và khoe khoang.

With Judge Miller himself, he had a respectful friendship.

Với chính Thẩm phán Miller, ông đã có một tình bạn đáng trân trọng.

But love that was fire, madness, and worship came with Thornton.

Nhưng tình yêu như ngọn lửa, sự điên cuồng và sự tôn thờ đã đến cùng Thornton.

This man had saved Buck's life, and that alone meant a great deal.

Người đàn ông này đã cứu mạng Buck, và chỉ riêng điều đó cũng có ý nghĩa rất lớn.

But more than that, John Thornton was the ideal kind of master.

Nhưng hơn thế nữa, John Thornton chính là mẫu người thầy lý tưởng.

Other men cared for dogs out of duty or business necessity.

Những người đàn ông khác chăm sóc chó vì nhiệm vụ hoặc nhu cầu công việc.

John Thornton cared for his dogs as if they were his children.

John Thornton chăm sóc những chú chó của mình như thể chúng là con của ông.

He cared for them because he loved them and simply could not help it.

Ông chăm sóc họ vì ông yêu họ và không thể làm gì khác được.

John Thornton saw even further than most men ever managed to see.

John Thornton thậm chí còn nhìn xa hơn hầu hết những gì con người có thể nhìn thấy.

He never forgot to greet them kindly or speak a cheering word.

Ông không bao giờ quên chào hỏi họ một cách tử tế hoặc nói một lời động viên.

He loved sitting down with the dogs for long talks, or "gassy," as he said.

Ông thích ngồi nói chuyện với những chú chó trong thời gian dài, hay "nói chuyện phiếm" như ông nói.

He liked to seize Buck's head roughly between his strong hands.

Anh ta thích túm chặt đầu Buck bằng đôi bàn tay khỏe mạnh của mình.

Then he rested his own head against Buck's and shook him gently.

Sau đó, anh tựa đầu mình vào đầu Buck và lắc nhẹ.

All the while, he called Buck rude names that meant love to Buck.

Trong suốt thời gian đó, anh ta gọi Buck bằng những cái tên thô lỗ nhưng lại có ý nghĩa yêu thương Buck.

To Buck, that rough embrace and those words brought deep joy.

Với Buck, cái ôm thô bạo và những lời nói đó mang lại niềm vui sâu sắc.

His heart seemed to shake loose with happiness at each movement.

Trái tim anh dường như rung lên vì hạnh phúc với mỗi chuyển động.

When he sprang up afterward, his mouth looked like it laughed.

Khi anh ta nhảy lên sau đó, miệng anh ta trông như đang cười.

His eyes shone brightly and his throat trembled with unspoken joy.

Đôi mắt anh sáng lên và cổ họng anh run lên vì niềm vui không nói thành lời.

His smile stood still in that state of emotion and glowing affection.

Nụ cười của anh vẫn đứng im trong trạng thái cảm xúc và tình cảm rạng rỡ đó.

Then Thornton exclaimed thoughtfully, "God! he can almost speak!"

Sau đó Thornton thốt lên đầy suy tư, "Chúa ơi! Anh ấy gần như có thể nói được!"

Buck had a strange way of expressing love that nearly caused pain.

Buck có cách thể hiện tình yêu kỳ lạ đến mức gần như gây ra đau đớn.

He often griped Thornton's hand in his teeth very tightly.

Anh ta thường cắn chặt tay Thornton.

The bite was going to leave deep marks that stayed for some time after.

Vết cắn sẽ để lại dấu vết sâu và tồn tại trong một thời gian sau đó.

Buck believed those oaths were love, and Thornton knew the same.

Buck tin rằng những lời thề đó là tình yêu, và Thornton cũng biết như vậy.

Most often, Buck's love showed in quiet, almost silent adoration.

Thông thường, tình yêu của Buck được thể hiện bằng sự tôn thờ lặng lẽ, gần như im lặng.

Though thrilled when touched or spoken to, he did not seek attention.

Mặc dù rất thích thú khi được chạm vào hoặc nói chuyện, nhưng chú không tìm kiếm sự chú ý.

Skeet nudged her nose under Thornton's hand until he petted her.

Skeet dụi mũi vào tay Thornton cho đến khi anh vuốt ve cô.

Nig walked up quietly and rested his large head on Thornton's knee.

Nig lặng lẽ bước tới và tựa cái đầu to của mình vào đầu gối Thornton.

Buck, in contrast, was satisfied to love from a respectful distance.

Ngược lại, Buck hài lòng khi yêu từ một khoảng cách tôn trọng.

He lied for hours at Thornton's feet, alert and watching closely.

Anh ta nằm hàng giờ dưới chân Thornton, cảnh giác và quan sát chặt chẽ.

Buck studied every detail of his master's face and slightest motion.

Buck nghiên cứu từng chi tiết trên khuôn mặt và từng chuyển động nhỏ nhất của chủ nhân.

Or lied farther away, studying the man's shape in silence.

Hoặc nằm xa hơn, im lặng quan sát hình dáng người đàn ông.

Buck watched each small move, each shift in posture or gesture.

Buck quan sát từng cử động nhỏ, từng thay đổi trong tư thế hoặc cử chỉ.

So powerful was this connection that often pulled Thornton's gaze.

Mối liên hệ này mạnh mẽ đến mức thường thu hút sự chú ý của Thornton.

He met Buck's eyes with no words, love shining clearly through.

Anh nhìn thẳng vào mắt Buck mà không nói lời nào, ánh mắt tràn đầy tình yêu.

For a long while after being saved, Buck never let Thornton out of sight.

Trong một thời gian dài sau khi được cứu, Buck không bao giờ rời mắt khỏi Thornton.

Whenever Thornton left the tent, Buck followed him closely outside.

Bất cứ khi nào Thornton rời khỏi lều, Buck đều theo sát anh ta ra ngoài.

All the harsh masters in the Northland had made Buck afraid to trust.

Tất cả những người chủ khắc nghiệt ở vùng đất phương Bắc đã khiến Buck sợ phải tin tưởng.

He feared no man could remain his master for more than a short time.

Ông sợ rằng không ai có thể làm chủ được ông quá một thời gian ngắn.

He feared John Thornton was going to vanish like Perrault and François.

Ông lo sợ John Thornton sẽ biến mất giống như Perrault và François.

Even at night, the fear of losing him haunted Buck's restless sleep.

Ngay cả vào ban đêm, nỗi sợ mất anh vẫn ám ảnh giấc ngủ không yên của Buck.

When Buck woke, he crept out into the cold, and went to the tent.

Khi Buck thức dậy, anh ta rón rén đi ra ngoài trời lạnh và đi đến lều.

He listened carefully for the soft sound of breathing inside.
Anh lắng nghe thật kỹ tiếng thở nhẹ nhàng bên trong.

Despite Buck's deep love for John Thornton, the wild stayed alive.
Bất chấp tình yêu sâu sắc của Buck dành cho John Thornton, thiên nhiên hoang dã vẫn tồn tại.

That primitive instinct, awakened in the North, did not disappear.
Bản năng nguyên thủy đó, được đánh thức ở phương Bắc, vẫn chưa biến mất.

Love brought devotion, loyalty, and the fire-side's warm bond.
Tình yêu mang lại sự tận tụy, lòng trung thành và mối liên kết ấm áp bên bếp lửa.

But Buck also kept his wild instincts, sharp and ever alert.
Nhưng Buck vẫn giữ được bản năng hoang dã của mình, sắc bén và luôn cảnh giác.

He was not just a tamed pet from the soft lands of civilization.
Anh ta không chỉ là một con vật cưng được thuần hóa từ vùng đất văn minh mềm mại.

Buck was a wild being who had come in to sit by Thornton's fire.
Buck là một sinh vật hoang dã đến ngồi bên đống lửa của Thornton.

He looked like a Southland dog, but wildness lived within him.
Trông nó giống như một chú chó miền Nam, nhưng bên trong nó lại ẩn chứa sự hoang dã.

His love for Thornton was too great to allow theft from the man.
Tình yêu của ông dành cho Thornton quá lớn đến nỗi không thể cho phép người đàn ông đó ăn cắp đồ của ông.

But in any other camp, he would steal boldly and without pause.

Nhưng ở bất kỳ trại nào khác, anh ta sẽ ăn cắp một cách táo bạo và không ngừng nghỉ.

He was so clever in stealing that no one could catch or accuse him.

Anh ta ăn cắp rất khéo đến nỗi không ai có thể bắt được hay buộc tội anh ta.

His face and body were covered in scars from many past fights.

Khuôn mặt và cơ thể anh đầy vết sẹo từ nhiều trận chiến trước đây.

Buck still fought fiercely, but now he fought with more cunning.

Buck vẫn chiến đấu dữ dội, nhưng bây giờ anh chiến đấu một cách khôn ngoan hơn.

Skeet and Nig were too gentle to fight, and they were Thornton's.

Skeet và Nig quá hiền lành nên không muốn đánh nhau, và chúng là của Thornton.

But any strange dog, no matter how strong or brave, gave way.

Nhưng bất kỳ con chó lạ nào, dù mạnh mẽ hay dũng cảm đến đâu, cũng đều nhường đường.

Otherwise, the dog found itself battling Buck; fighting for its life.

Nếu không, con chó sẽ phải chiến đấu với Buck; chiến đấu để giành lấy mạng sống.

Buck had no mercy once he chose to fight against another dog.

Buck không hề thương xót khi nó quyết định chiến đấu với một con chó khác.

He had learned well the law of club and fang in the Northland.

Anh ta đã học rất rõ luật sử dụng dùi cui và nanh ở vùng Northland.

He never gave up an advantage and never backed away from battle.

Ông không bao giờ từ bỏ lợi thế và không bao giờ lùi bước trong trận chiến.

He had studied Spitz and the fiercest dogs of mail and police.

Ông đã nghiên cứu về chó Spitz và những con chó hung dữ nhất của cảnh sát và thư tín.

He knew clearly there was no middle ground in wild combat.

Ông biết rõ rằng không có lập trường trung dung trong chiến đấu dữ dội.

He must rule or be ruled; showing mercy meant showing weakness.

Ngài phải cai trị hoặc bị cai trị; thể hiện lòng thương xót có nghĩa là thể hiện sự yếu đuối.

Mercy was unknown in the raw and brutal world of survival.

Lòng thương xót là điều không hề tồn tại trong thế giới sinh tồn khắc nghiệt và tàn khốc.

To show mercy was seen as fear, and fear led quickly to death.

Việc thể hiện lòng thương xót bị coi là sợ hãi, và sợ hãi nhanh chóng dẫn đến cái chết.

The old law was simple: kill or be killed, eat or be eaten.

Luật cũ rất đơn giản: giết hoặc bị giết, ăn hoặc bị ăn.

That law came from the depths of time, and Buck followed it fully.

Luật đó xuất phát từ sâu thẳm thời gian, và Buck đã tuân thủ nó một cách nghiêm ngặt.

Buck was older than his years and the number of breaths he took.

Buck già hơn so với tuổi và số lần hít thở của anh.

He connected the ancient past with the present moment clearly.

Ông đã kết nối quá khứ xa xưa với hiện tại một cách rõ ràng.

The deep rhythms of the ages moved through him like the tides.

Những nhịp điệu sâu lắng của thời đại di chuyển qua anh như thủy triều.

Time pulsed in his blood as surely as seasons moved the earth.

Thời gian chảy trong máu ông chắc chắn như các mùa chuyển động trên trái đất.

He sat by Thornton's fire, strong-chested and white-fanged.

Anh ta ngồi bên đống lửa của Thornton, ngực khỏe và nanh trắng.

His long fur waved, but behind him the spirits of wild dogs watched.

Bộ lông dài của nó rung rinh, nhưng đằng sau nó, linh hồn của những con chó hoang đang dõi theo.

Half-wolves and full wolves stirred within his heart and senses.

Nửa sói và nửa sói thực sự khuấy động trong trái tim và giác quan của anh.

They tasted his meat and drank the same water that he did.

Họ nếm thử thịt của ông và uống cùng một loại nước như ông.

They sniffed the wind alongside him and listened to the forest.

Họ hít thở làn gió cùng anh và lắng nghe tiếng rừng.

They whispered the meanings of the wild sounds in the darkness.

Họ thì thầm ý nghĩa của những âm thanh hoang dã trong bóng tối.

They shaped his moods and guided each of his quiet reactions.

Họ định hình tâm trạng của ông và hướng dẫn từng phản ứng lặng lẽ của ông.

They lay with him as he slept and became part of his deep dreams.

Chúng nằm cùng anh khi anh ngủ và trở thành một phần trong giấc mơ sâu thẳm của anh.

They dreamed with him, beyond him, and made up his very spirit.

Họ mơ cùng ông, vượt ra ngoài ông, và tạo nên chính tinh thần của ông.

The spirits of the wild called so strongly that Buck felt pulled.

Những linh hồn hoang dã gọi mời mạnh mẽ đến nỗi Buck cảm thấy bị lôi kéo.

Each day, mankind and its claims grew weaker in Buck's heart.

Mỗi ngày, nhân loại và những đòi hỏi của họ ngày càng yếu đi trong trái tim Buck.

Deep in the forest, a strange and thrilling call was going to rise.

Sâu trong rừng, một tiếng gọi kỳ lạ và hồi hộp sắp vang lên.

Every time he heard the call, Buck felt an urge he could not resist.

Mỗi lần nghe tiếng gọi đó, Buck lại cảm thấy một sự thôi thúc không thể cưỡng lại.

He was going to turn from the fire and from the beaten human paths.

Anh ta định quay lưng lại với ngọn lửa và con đường đời đầy rẫy sự giày vò của con người.

He was going to plunge into the forest, going forward without knowing why.

Anh ta định lao vào rừng, tiến về phía trước mà không biết tại sao.

He did not question this pull, for the call was deep and powerful.

Ông không thắc mắc về sức hút này, vì tiếng gọi đó sâu sắc và mạnh mẽ.

Often, he reached the green shade and soft untouched earth

Thường thì anh ấy đã chạm tới bóng râm xanh và đất mềm nguyên sơ

But then the strong love for John Thornton pulled him back to the fire.

Nhưng rồi tình yêu mãnh liệt dành cho John Thornton đã kéo ông trở lại với ngọn lửa.

Only John Thornton truly held Buck's wild heart in his grasp.

Chỉ có John Thornton mới thực sự nắm giữ được trái tim hoang dã của Buck.

The rest of mankind had no lasting value or meaning to Buck.

Phần còn lại của nhân loại không có giá trị hay ý nghĩa lâu dài đối với Buck.

Strangers might praise him or stroke his fur with friendly hands.

Người lạ có thể khen ngợi hoặc vuốt ve bộ lông của chú bằng đôi tay thân thiện.

Buck remained unmoved and walked off from too much affection.

Buck vẫn không hề lay chuyển và bỏ đi vì được yêu mến quá mức.

Hans and Pete arrived with the raft that had long been awaited

Hans và Pete đã đến với chiếc bè mà họ đã mong đợi từ lâu

Buck ignored them until he learned they were close to Thornton.

Buck không để ý đến họ cho đến khi anh biết họ ở gần Thornton.

After that, he tolerated them, but never showed them full warmth.

Sau đó, ông chịu đựng họ, nhưng không bao giờ thể hiện sự nồng nhiệt thực sự với họ.

He took food or kindness from them as if doing them a favor.

Ông nhận thức ăn hoặc lòng tốt từ họ như thể đang làm ơn cho họ.

They were like Thornton—simple, honest, and clear in thought.

Họ giống như Thornton - giản dị, trung thực và suy nghĩ rõ ràng.

All together they traveled to Dawson's saw-mill and the great eddy

Tất cả cùng nhau họ đi đến xưởng cưa Dawson và xoáy nước lớn

On their journey the learned to understand Buck's nature deeply.

Trong cuộc hành trình của mình, họ đã hiểu sâu sắc bản chất của Buck.

They did not try to grow close like Skeet and Nig had done.

Họ không cố gắng trở nên gần gũi như Skeet và Nig đã làm.

But Buck's love for John Thornton only deepened over time.

Nhưng tình yêu của Buck dành cho John Thornton ngày càng sâu sắc hơn theo thời gian.

Only Thornton could place a pack on Buck's back in the summer.

Chỉ có Thornton mới có thể đặt một chiếc ba lô lên lưng Buck vào mùa hè.

Whatever Thornton commanded, Buck was willing to do fully.

Bất cứ điều gì Thornton ra lệnh, Buck đều sẵn sàng thực hiện.

One day, after they left Dawson for the headwaters of the Tanana,

Một ngày nọ, sau khi họ rời Dawson để đến thượng nguồn sông Tanana,

the group sat on a cliff that dropped three feet to bare bedrock.

nhóm ngồi trên một vách đá cao ba feet so với nền đá trơ trụi.

John Thornton sat near the edge, and Buck rested beside him.

John Thornton ngồi gần mép, và Buck nghỉ ngơi bên cạnh anh ta.

Thornton had a sudden thought and called the men's attention.

Thornton đột nhiên nảy ra một ý tưởng và kêu gọi sự chú ý của những người đàn ông.

He pointed across the chasm and gave Buck a single command.

Anh ta chỉ tay về phía bên kia vực thẳm và ra lệnh cho Buck.

"Jump, Buck!" he said, swinging his arm out over the drop.

"Nhảy đi, Buck!" anh ta nói, vung tay ra khỏi chỗ thả người.

In a moment, he had to grab Buck, who was leaping to obey.

Ngay lập tức, anh phải tóm lấy Buck, con vật đang nhảy dựng lên để tuân lệnh.

Hans and Pete rushed forward and pulled both back to safety.

Hans và Pete lao về phía trước và kéo cả hai trở về nơi an toàn.

After all ended, and they had caught their breath, Pete spoke up.

Sau khi mọi chuyện kết thúc và họ đã lấy lại hơi thở, Pete lên tiếng.

"The love's uncanny," he said, shaken by the dog's fierce devotion.

"Tình yêu thật kỳ lạ," anh nói, cảm động trước lòng trung thành mãnh liệt của chú chó.

Thornton shook his head and replied with calm seriousness.

Thornton lắc đầu và trả lời một cách nghiêm túc và bình tĩnh.

"No, the love is splendid," he said, "but also terrible."

"Không, tình yêu thì tuyệt vời," anh nói, "nhưng cũng thật khủng khiếp."

"Sometimes, I must admit, this kind of love makes me afraid."

"Đôi khi, tôi phải thừa nhận rằng, loại tình yêu này khiến tôi sợ hãi."

Pete nodded and said, "I'd hate to be the man who touches you."

Pete gật đầu và nói, "Tôi ghét phải là người chạm vào cô."

He looked at Buck as he spoke, serious and full of respect.

Anh ta nhìn Buck khi nói, nghiêm túc và đầy sự tôn trọng.

"Py Jingo!" said Hans quickly. "Me either, no sir."

"Py Jingo!" Hans nói nhanh. "Tôi cũng vậy, không thưa ngài."

Before the year ended, Pete's fears came true at Circle City.

Trước khi năm kết thúc, nỗi sợ của Pete đã trở thành sự thật tại Circle City.

A cruel man named Black Burton picked a fight in the bar.

Một người đàn ông tàn ác tên là Black Burton đã gây gổ trong quán bar.

He was angry and malicious, lashing out at a new tenderfoot.

Ông ta tức giận và độc ác, đánh đập một người mới vào nghề.

John Thornton stepped in, calm and good-natured as always.

John Thornton bước vào, vẫn bình tĩnh và tốt bụng như mọi khi.

Buck lay in a corner, head down, watching Thornton closely.

Buck nằm ở góc, đầu cúi xuống, quan sát Thornton một cách chăm chú.

Burton suddenly struck, his punch sending Thornton spinning.

Burton bất ngờ ra đòn, cú đấm khiến Thornton quay ngoắt lại.

Only the bar's rail kept him from crashing hard to the ground.

Chỉ có thanh chắn của quán bar mới giữ được anh ta khỏi ngã mạnh xuống đất.

The watchers heard a sound that was not bark or yelp

Những người theo dõi nghe thấy một âm thanh không phải là tiếng sủa hay tiếng kêu

a deep roar came from Buck as he launched toward the man.

một tiếng gầm lớn phát ra từ Buck khi nó lao về phía người đàn ông.

Burton threw his arm up and barely saved his own life.

Burton giơ tay lên và may mắn thoát chết.

Buck crashed into him, knocking him flat onto the floor.

Buck đâm sầm vào anh ta, khiến anh ta ngã xuống sàn.

Buck bit deep into the man's arm, then lunged for the throat.

Buck cắn sâu vào cánh tay của người đàn ông rồi lao vào cổ họng anh ta.

Burton could only partly block, and his neck was torn open.

Burton chỉ có thể chặn được một phần và cổ của ông bị rách toạc.

Men rushed in, clubs raised, and drove Buck off the bleeding man.

Mọi người xông vào, giơ dùi cui lên và đuổi Buck ra khỏi người đàn ông đang chảy máu.

A surgeon worked quickly to stop the blood from flowing out.

Bác sĩ phẫu thuật đã nhanh chóng phẫu thuật để cầm máu.

Buck paced and growled, trying to attack again and again.

Buck vừa đi vừa gầm gừ, cố gắng tấn công liên tục.

Only swinging clubs kept him back from reaching Burton.

Chỉ có những cú vung gậy mới ngăn cản được anh ta đến được Burton.

A miners' meeting was called and held right there on the spot.

Một cuộc họp của thợ mỏ đã được triệu tập và tổ chức ngay tại chỗ.

They agreed Buck had been provoked and voted to set him free.

Họ đồng ý rằng Buck đã bị khiêu khích và bỏ phiếu trả tự do cho anh ta.

But Buck's fierce name now echoed in every camp in Alaska.

Nhưng cái tên dữ dội của Buck giờ đây vang vọng ở mọi trại lính ở Alaska.

Later that fall, Buck saved Thornton again in a new way.

Vào mùa thu năm đó, Buck lại cứu Thornton theo một cách mới.

The three men were guiding a long boat down rough rapids.

Ba người đàn ông đang điều khiển một chiếc thuyền dài lướt qua ghềnh thác dữ dội.

Thornton maned the boat, calling directions to the shoreline.

Thornton điều khiển thuyền và chỉ đường vào bờ.

Hans and Pete ran on land, holding a rope from tree to tree.

Hans và Pete chạy trên bờ, giữ một sợi dây thừng từ cây này sang cây khác.

Buck kept pace on the bank, always watching his master.

Buck đi theo dọc bờ sông, luôn dõi mắt theo chủ nhân của mình.

At one nasty place, rocks jutted out under the fast water.

Ở một nơi nguy hiểm, có những tảng đá nhô ra dưới dòng nước chảy xiết.

Hans let go of the rope, and Thornton steered the boat wide.

Hans thả sợi dây thừng và Thornton lái thuyền ra xa.

Hans sprinted to catch the boat again past the dangerous rocks.

Hans chạy nước rút để đuổi kịp chiếc thuyền vượt qua những tảng đá nguy hiểm.

The boat cleared the ledge but hit a stronger part of the current.

Chiếc thuyền đã vượt qua được gờ đá nhưng lại đâm vào phần dòng nước mạnh hơn.

Hans grabbed the rope too quickly and pulled the boat off balance.

Hans nắm sợi dây quá nhanh và kéo thuyền mất thăng bằng.

The boat flipped over and slammed into the bank, bottom up.

Chiếc thuyền lật úp và đập vào bờ, phần đáy hướng lên trên.

Thornton was thrown out and swept into the wildest part of the water.

Thornton bị ném ra ngoài và bị cuốn vào vùng nước dữ dội nhất.

No swimmer could have survived in those deadly, racing waters.

Không một người bơi nào có thể sống sót trong vùng nước chảy xiết chết chóc đó.

Buck jumped in instantly and chased his master down the river.

Buck ngay lập tức nhảy xuống và đuổi theo chủ mình xuống sông.

After three hundred yards, he reached Thornton at last.

Sau ba trăm thước, cuối cùng anh cũng tới được Thornton.

Thornton grabbed Buck's tail, and Buck turned for the shore.

Thornton nắm lấy đuôi Buck và Buck quay về phía bờ.

He swam with full strength, fighting the water's wild drag.

Anh ta bơi hết sức mình, chống lại sức cản dữ dội của dòng nước.

They moved downstream faster than they could reach the shore.

Họ di chuyển xuôi dòng nhanh hơn tốc độ họ có thể tới bờ.

Ahead, the river roared louder as it fell into deadly rapids.

Phía trước, dòng sông gào thét dữ dội hơn khi rơi vào ghềnh thác chết người.

Rocks sliced through the water like the teeth of a huge comb.

Những tảng đá cắt ngang mặt nước như răng của một chiếc lược khổng lồ.

The pull of the water near the drop was savage and inescapable.

Sức hút của nước gần giọt nước rất dữ dội và không thể tránh khỏi.

Thornton knew they could never make the shore in time.

Thornton biết rằng họ không bao giờ có thể đến bờ kịp lúc.

He scraped over one rock, smashed across a second,

Anh ta đã vượt qua một tảng đá, đập vỡ tảng đá thứ hai,

And then he crashed into a third rock, grabbing it with both hands.

Và rồi anh ta đâm vào tảng đá thứ ba, dùng cả hai tay để tóm lấy nó.

He let go of Buck and shouted over the roar, "Go, Buck! Go!"

Anh ta thả Buck ra và hét lớn át tiếng gầm rú, "Đi đi, Buck! Đi đi!"

Buck could not stay afloat and was swept down by the current.

Buck không thể giữ được thăng bằng và bị dòng nước cuốn trôi.

He fought hard, struggling to turn, but made no headway at all.

Anh ta chiến đấu dữ dội, cố gắng quay lại nhưng không tiến triển được chút nào.

Then he heard Thornton repeat the command over the river's roar.

Sau đó, anh nghe Thornton lặp lại mệnh lệnh giữa tiếng gầm của dòng sông.

Buck reared out of the water, raised his head as if for a last look.

Buck nhô mình ra khỏi mặt nước, ngẩng đầu lên như thể muốn nhìn lại lần cuối.

then turned and obeyed, swimming toward the bank with resolve.

sau đó quay lại và tuân theo, kiên quyết bơi về phía bờ.

Pete and Hans pulled him ashore at the final possible moment.

Pete và Hans đã kéo anh ta vào bờ vào đúng thời điểm cuối cùng.

They knew Thornton could cling to the rock for only minutes more.

Họ biết Thornton chỉ có thể bám vào tảng đá thêm vài phút nữa thôi.

They ran up the bank to a spot far above where he was hanging.

Họ chạy lên bờ đến một địa điểm cao hơn nhiều so với nơi anh ta đang treo cổ.

They tied the boat's line to Buck's neck and shoulders carefully.

Họ cẩn thận buộc dây thuyền vào cổ và vai Buck.

The rope was snug but loose enough for breathing and movement.

Sợi dây vừa khít nhưng đủ lỏng để thở và di chuyển.

Then they launched him into the rushing, deadly river again.

Sau đó, họ lại ném anh ta xuống dòng sông chết chóc đang chảy xiết.

Buck swam boldly but missed his angle into the stream's force.

Buck bơi một cách táo bạo nhưng lại không bơi vào đúng hướng dòng nước chảy xiết.

He saw too late that he was going to drift past Thornton.

Anh ta nhận ra quá muộn rằng mình sắp trôi qua Thornton.

Hans jerked the rope tight, as if Buck were a capsizing boat.

Hans giật chặt sợi dây, như thể Buck là một chiếc thuyền sắp lật úp.

The current pulled him under, and he vanished below the surface.

Dòng nước kéo anh ta xuống và anh ta biến mất dưới mặt nước.

His body struck the bank before Hans and Pete pulled him out.

Cơ thể anh đập vào bờ trước khi Hans và Pete kéo anh ra.

He was half-drowned, and they pounded the water out of him.

Ông ấy đã chết đuối một nửa và họ đã đập cho nước tràn ra khỏi người ông ấy.

Buck stood, staggered, and collapsed again onto the ground.

Buck đứng dậy, loạng choạng rồi lại ngã xuống đất.

Then they heard Thornton's voice faintly carried by the wind.

Sau đó họ nghe thấy giọng nói của Thornton vọng theo gió.

Though the words were unclear, they knew he was near death.

Mặc dù lời nói không rõ ràng, nhưng họ biết rằng ông sắp chết.

The sound of Thornton's voice hit Buck like an electric jolt.

Giọng nói của Thornton như một luồng điện giật khiến Buck giật mình.

He jumped up and ran up the bank, returning to the launch point.

Anh ta nhảy lên và chạy lên bờ, quay trở lại điểm xuất phát.

Again they tied the rope to Buck, and again he entered the stream.

Họ lại buộc sợi dây vào Buck và một lần nữa Buck lại bước vào dòng suối.

This time, he swam directly and firmly into the rushing water.

Lần này, anh ta bơi thẳng và mạnh mẽ vào dòng nước đang chảy xiết.

Hans let out the rope steadily while Pete kept it from tangling.

Hans thả sợi dây ra đều đặn trong khi Pete giữ cho nó không bị rối.

Buck swam hard until he was lined up just above Thornton.

Buck bơi thật nhanh cho đến khi tới ngay phía trên Thornton.

Then he turned and charged down like a train in full speed.

Sau đó, anh ta quay lại và lao đi như một chuyến tàu đang chạy hết tốc lực.

Thornton saw him coming, braced, and locked arms around his neck.

Thornton thấy anh ta tiến đến, chuẩn bị tinh thần và vòng tay ôm chặt cổ anh ta.

Hans tied the rope fast around a tree as both were pulled under.

Hans buộc chặt sợi dây thừng quanh một cái cây khi cả hai bị kéo xuống dưới.

They tumbled underwater, smashing into rocks and river debris.

Họ lộn nhào xuống nước, đập vào đá và rác thải trên sông.

One moment Buck was on top, the next Thornton rose gasping.

Một lúc Buck còn ở trên, ngay sau đó Thornton lại vùng dậy thở hổn hển.

Battered and choking, they veered to the bank and safety.

Bị đánh đập và ngạt thở, họ rẽ vào bờ và tìm nơi an toàn.

Thornton regained consciousness, lying across a drift log.

Thornton tỉnh lại và nằm trên một khúc gỗ trôi dạt.

Hans and Pete worked him hard to bring back breath and life.

Hans và Pete đã phải làm việc rất vất vả để giúp anh ấy lấy lại hơi thở và sự sống.

His first thought was for Buck, who lay motionless and limp.

Ý nghĩ đầu tiên của anh là về Buck, lúc này đang nằm bất động và mềm nhũn.

Nig howled over Buck's body, and Skeet licked his face gently.

Nig hú lên bên trên xác Buck, còn Skeet thì liếm nhẹ mặt anh.

Thornton, sore and bruised, examined Buck with careful hands.

Thornton, đau nhức và bầm tím, kiểm tra Buck bằng đôi tay cẩn thận.

He found three ribs broken, but no deadly wounds in the dog.

Ông phát hiện con chó bị gãy ba xương sườn nhưng không có vết thương chí mạng nào.

"That settles it," Thornton said. "We camp here." And they did.

"Thế là xong," Thornton nói. "Chúng tôi cắm trại ở đây." Và họ đã làm vậy.

They stayed until Buck's ribs healed and he could walk again.

Họ ở lại cho đến khi xương sườn của Buck lành lại và nó có thể đi lại được.

That winter, Buck performed a feat that raised his fame further.

Mùa đông năm đó, Buck đã thực hiện một chiến công khiến danh tiếng của anh càng thêm nổi tiếng.

It was less heroic than saving Thornton, but just as impressive.

Hành động này không anh hùng bằng việc cứu Thornton, nhưng cũng ấn tượng không kém.

At Dawson, the partners needed supplies for a distant journey.

Tại Dawson, các đối tác cần nhu yếu phẩm cho một cuộc hành trình xa.

They wanted to travel East, into untouched wilderness lands.

Họ muốn đi về phía Đông, đến những vùng đất hoang sơ chưa ai đặt chân đến.

Buck's deed in the Eldorado Saloon made that trip possible.

Hành động của Buck tại quán rượu Eldorado đã giúp chuyến đi đó trở thành hiện thực.

It began with men bragging about their dogs over drinks.

Mọi chuyện bắt đầu khi những người đàn ông khoe khoang về chú chó của mình trong lúc uống rượu.

Buck's fame made him the target of challenges and doubt.

Sự nổi tiếng của Buck khiến ông trở thành mục tiêu của những lời thách thức và nghi ngờ.

Thornton, proud and calm, stood firm in defending Buck's name.

Thornton, tự hào và bình tĩnh, kiên quyết bảo vệ tên tuổi của Buck.

One man said his dog could pull five hundred pounds with ease.

Một người đàn ông cho biết con chó của ông có thể dễ dàng kéo vật nặng năm trăm pound.

Another said six hundred, and a third bragged seven hundred.

Một người khác nói sáu trăm, người thứ ba khoe khoang bảy trăm.

"Pfft!" said John Thornton, "Buck can pull a thousand pound sled."

"Phì!" John Thornton nói, "Buck có thể kéo chiếc xe trượt tuyết nặng một nghìn pound."

Matthewson, a Bonanza King, leaned forward and challenged him.

Matthewson, một vị vua Bonanza, nghiêng người về phía trước và thách thức anh ta.

"You think he can put that much weight into motion?"

"Anh nghĩ anh ta có thể di chuyển được nhiều trọng lượng như vậy không?"

"And you think he can pull the weight a full hundred yards?"

"Và anh nghĩ anh ta có thể kéo được vật đó đi được một trăm thước sao?"

Thornton replied coolly, "Yes. Buck is dog enough to do it."

Thornton trả lời một cách lạnh lùng, "Đúng vậy. Buck đủ bản lĩnh để làm điều đó."

"He'll put a thousand pounds into motion, and pull it a hundred yards."

"Anh ta sẽ dùng một ngàn pound để di chuyển và kéo nó đi một trăm yard."

Matthewson smiled slowly and made sure all men heard his words.

Matthewson mỉm cười chậm rãi và đảm bảo mọi người đều nghe rõ lời mình nói.

"I've got a thousand dollars that says he can't. There it is."

"Tôi có một ngàn đô la nói rằng anh ta không thể. Đấy."

He slammed a sack of gold dust the size of sausage on the bar.

Anh ta ném một túi bụi vàng to bằng xúc xích lên quầy bar.

Nobody said a word. The silence grew heavy and tense around them.

Không ai nói một lời. Sự im lặng trở nên nặng nề và căng thẳng xung quanh họ.

Thornton's bluff—if it was one—had been taken seriously.

Lời đe dọa của Thornton - nếu có - đã được coi trọng.

He felt heat rise in his face as blood rushed to his cheeks.

Anh cảm thấy mặt mình nóng bừng và máu dồn lên má.

His tongue had gotten ahead of his reason in that moment.

Vào khoảnh khắc đó, lưỡi của anh đã đi trước lý trí.

He truly didn't know if Buck could move a thousand pounds.

Anh thực sự không biết liệu Buck có thể di chuyển được một nghìn pound hay không.

Half a ton! The size of it alone made his heart feel heavy.

Nửa tấn! Chỉ riêng kích thước của nó thôi cũng khiến lòng anh nặng trĩu.

He had faith in Buck's strength and had thought him capable.

Ông tin tưởng vào sức mạnh của Buck và nghĩ rằng anh ta có khả năng.

But he had never faced this kind of challenge, not like this.

Nhưng anh chưa bao giờ phải đối mặt với thử thách như thế này, không giống thế này.

A dozen men watched him quietly, waiting to see what he'd do.

Khoảng chục người đàn ông lặng lẽ quan sát anh ta, chờ xem anh ta sẽ làm gì.

He didn't have the money — neither did Hans or Pete.

Anh ấy không có tiền, Hans và Pete cũng vậy.

"I've got a sled outside," said Matthewson coldly and direct.

"Tôi có một chiếc xe trượt tuyết ở bên ngoài," Matthewson lạnh lùng và thẳng thắn nói.

"It's loaded with twenty sacks, fifty pounds each, all flour.

"Nó chứa hai mươi bao, mỗi bao nặng năm mươi pound, toàn là bột mì.

So don't let a missing sled be your excuse now," he added.

Vì vậy, đừng để việc mất xe trượt tuyết trở thành cái cớ của bạn lúc này," ông nói thêm.

Thornton stood silent. He didn't know what words to offer.

Thornton đứng im lặng. Anh không biết phải nói gì.

He looked around at the faces without seeing them clearly.

Anh nhìn quanh những khuôn mặt nhưng không nhìn rõ họ.

He looked like a man frozen in thought, trying to restart.

Anh ấy trông như một người đang chìm đắm trong suy nghĩ, cố gắng khởi động lại.

Then he saw Jim O'Brien, a friend from the Mastodon days.

Sau đó anh gặp Jim O'Brien, một người bạn từ thời Mastodon.

That familiar face gave him courage he didn't know he had.

Gương mặt quen thuộc đó đã mang lại cho anh sự can đảm mà anh không biết mình có.

He turned and asked in a low voice, "Can you lend me a thousand?"

Anh ta quay lại và hỏi nhỏ: "Anh có thể cho tôi vay một nghìn không?"

"Sure," said O'Brien, dropping a heavy sack by the gold already.

"Được thôi," O'Brien nói, thả một bao tải nặng xuống cạnh vàng.

"But truthfully, John, I don't believe the beast can do this."

"Nhưng thực sự mà nói, John, tôi không tin con quái vật đó có thể làm được điều này."

Everyone in the Eldorado Saloon rushed outside to see the event.

Mọi người ở quán Eldorado Saloon đều chạy ra ngoài để xem sự việc.

They left tables and drinks, and even the games were paused.

Họ để lại bàn ghế và đồ uống, thậm chí cả trò chơi cũng phải tạm dừng.

Dealers and gamblers came to witness the bold wager's end.

Những người chia bài và con bạc đến để chứng kiến kết thúc của vụ cá cược táo bạo này.

Hundreds gathered around the sled in the icy open street.

Hàng trăm người tụ tập quanh chiếc xe trượt tuyết trên con phố đóng băng.

Matthewson's sled stood with a full load of flour sacks.

Chiếc xe trượt tuyết của Matthewson chất đầy những bao bột mì.

The sled had been sitting for hours in minus temperatures.

Chiếc xe trượt tuyết đã nằm đó nhiều giờ ở nhiệt độ âm.

The sled's runners were frozen tight to the packed-down snow.

Các thanh trượt của xe trượt tuyết bị đóng chặt vào lớp tuyết dày.

Men offered two-to-one odds that Buck could not move the sled.

Mọi người đưa ra tỷ lệ cược hai ăn một là Buck không thể di chuyển được chiếc xe trượt tuyết.

A dispute broke out about what "break out" really meant.

Một cuộc tranh cãi nổ ra về ý nghĩa thực sự của từ "bùng nổ".

O'Brien said Thornton should loosen the sled's frozen base.

O'Brien nói Thornton nên nới lỏng phần đế đóng băng của xe trượt tuyết.

Buck could then "break out" from a solid, motionless start.

Sau đó, Buck có thể "bứt phá" từ một khởi đầu vững chắc, bất động.

Matthewson argued the dog must break the runners free too.

Matthewson cho rằng con chó cũng phải giải thoát cho những người chạy trốn.

The men who had heard the bet agreed with Matthewson's view.

Những người đàn ông nghe cuộc cá cược đều đồng ý với quan điểm của Matthewson.

With that ruling, the odds jumped to three-to-one against Buck.

Với phán quyết đó, tỷ lệ cược cho chiến thắng của Buck tăng lên ba ăn một.

No one stepped forward to take the growing three-to-one odds.

Không ai tiến lên để chấp nhận tỷ lệ cược ba ăn một ngày càng tăng.

Not a single man believed Buck could perform the great feat.

Không một ai tin rằng Buck có thể thực hiện được chiến công vĩ đại đó.

Thornton had been rushed into the bet, heavy with doubts.

Thornton đã vội vã tham gia vụ cá cược này với lòng đầy nghi ngờ.

Now he looked at the sled and the ten-dog team beside it.

Bây giờ anh nhìn vào chiếc xe trượt tuyết và đội mười con chó bên cạnh.

Seeing the reality of the task made it seem more impossible.

Nhìn thấy thực tế của nhiệm vụ khiến nó có vẻ bất khả thi hơn.

Matthewson was full of pride and confidence in that moment.

Matthewson tràn đầy tự hào và tự tin vào khoảnh khắc đó.

"Three to one!" he shouted. "I'll bet another thousand, Thornton!

"Ba ăn một!" anh ta hét lên. "Tôi cược thêm một ngàn nữa, Thornton!"

What do you say?" he added, loud enough for all to hear.

"Anh nói sao?" anh ấy nói thêm, đủ lớn để mọi người đều nghe thấy.

Thornton's face showed his doubts, but his spirit had risen.
Gương mặt Thornton lộ rõ vẻ nghi ngờ, nhưng tinh thần của ông đã phấn chấn trở lại.

That fighting spirit ignored odds and feared nothing at all.
Tinh thần chiến đấu đó không màng đến nghịch cảnh và không hề sợ hãi điều gì cả.

He called Hans and Pete to bring all their cash to the table.
Anh ta gọi Hans và Pete mang toàn bộ tiền mặt đến bàn.

They had little left—only two hundred dollars combined.
Họ chỉ còn lại rất ít tiền, tổng cộng chỉ có hai trăm đô la.

This small sum was their total fortune during hard times.
Số tiền nhỏ này là toàn bộ tài sản của họ trong thời kỳ khó khăn.

Still, they laid all of the fortune down against Matthewson's bet.
Tuy nhiên, họ vẫn đặt cược toàn bộ số tiền vào vụ cá cược của Matthewson.

The ten-dog team was unhitched and moved away from the sled.
Đội mười con chó được tháo dây buộc và di chuyển ra xa xe trượt tuyết.

Buck was placed in the reins, wearing his familiar harness.
Buck được đặt vào dây cương, mặc bộ đồ quen thuộc.

He had caught the energy of the crowd and felt the tension.
Anh đã cảm nhận được năng lượng của đám đông và sự căng thẳng.

Somehow, he knew he had to do something for John Thornton.
Bằng cách nào đó, anh biết mình phải làm điều gì đó cho John Thornton.

People murmured with admiration at the dog's proud figure.
Mọi người thì thầm ngưỡng mộ dáng vẻ kiêu hãnh của chú chó.

He was lean and strong, without a single extra ounce of flesh.

Ông ấy gầy và khỏe, không hề có một chút thịt thừa nào.

His full weight of hundred fifty pounds was all power and endurance.

Toàn bộ sức nặng một trăm năm mươi pound của anh chính là sức mạnh và sức bền.

Buck's coat gleamed like silk, thick with health and strength.

Bộ lông của Buck sáng bóng như lụa, dày dặn, khỏe mạnh và mạnh mẽ.

The fur along his neck and shoulders seemed to lift and bristle.

Bộ lông dọc theo cổ và vai của anh ta dường như dựng đứng và dựng ngược lên.

His mane moved slightly, each hair alive with his great energy.

Mái bờm của anh ta khẽ rung động, từng sợi tóc đều tràn đầy năng lượng mạnh mẽ.

His broad chest and strong legs matched his heavy, tough frame.

Bộ ngực rộng và đôi chân khỏe mạnh của anh tương xứng với thân hình to lớn, rắn chắc của anh.

Muscles rippled under his coat, tight and firm as bound iron.

Những cơ bắp nổi lên dưới lớp áo khoác, săn chắc và cứng cáp như sắt thép.

Men touched him and swore he was built like a steel machine.

Mọi người chạm vào anh và thề rằng anh được tạo ra giống như một cỗ máy bằng thép.

The odds dropped slightly to two to one against the great dog.

Tỷ lệ cược giảm nhẹ xuống còn hai ăn một trước chú chó lớn.

A man from the Skookum Benches pushed forward, stuttering.

Một người đàn ông từ Skookum Benches tiến về phía trước, lắp bắp.

"Good, sir! I offer eight hundred for him—before the test, sir!"

"Tốt, thưa ngài! Tôi trả tám trăm cho anh ta—trước khi thử nghiệm, thưa ngài!"

"Eight hundred, as he stands right now!" the man insisted.

"Tám trăm, như anh ta đang đứng bây giờ!" người đàn ông khăng khăng.

Thornton stepped forward, smiled, and shook his head calmly.

Thornton bước tới, mỉm cười và lắc đầu bình tĩnh.

Matthewson quickly stepped in with a warning voice and frown.

Matthewson nhanh chóng bước vào với giọng cảnh báo và cau mày.

"You must step away from him," he said. "Give him space."

"Anh phải tránh xa anh ấy ra," anh nói. "Cho anh ấy không gian."

The crowd grew silent; only gamblers still offered two to one.

Đám đông trở nên im lặng, chỉ còn những con bạc vẫn cược hai ăn một.

Everyone admired Buck's build, but the load looked too great.

Mọi người đều ngưỡng mộ vóc dáng của Buck, nhưng tải trọng của nó trông có vẻ quá lớn.

Twenty sacks of flour—each fifty pounds in weight—seemed far too much.

Hai mươi bao bột mì, mỗi bao nặng năm mươi pound, có vẻ quá nhiều.

No one was willing to open their pouch and risk their money.

Không ai muốn mở túi và mạo hiểm tiền bạc của mình cả.

Thornton knelt beside Buck and took his head in both hands.

Thornton quỳ xuống bên cạnh Buck và nắm đầu nó bằng cả hai tay.

He pressed his cheek against Buck's and spoke into his ear.

Anh áp má mình vào má Buck và nói vào tai cậu.

There was no playful shaking or whispered loving insults now.

Bây giờ không còn sự bắt tay vui vẻ hay thì thầm những lời lăng mạ yêu thương nữa.

He only murmured softly, "As much as you love me, Buck."

Anh chỉ thì thầm nhẹ nhàng: "Em yêu anh nhiều như anh yêu em vậy, Buck."

Buck let out a quiet whine, his eagerness barely restrained.

Buck khẽ rên lên, sự háo hức của nó gần như không thể kiềm chế được.

The onlookers watched with curiosity as tension filled the air.

Những người chứng kiến tò mò theo dõi bầu không khí căng thẳng bao trùm.

The moment felt almost unreal, like something beyond reason.

Khoảnh khắc đó gần như không thực, giống như một điều gì đó vượt quá lý trí.

When Thornton stood, Buck gently took his hand in his jaws.

Khi Thornton đứng dậy, Buck nhẹ nhàng nắm lấy tay anh.

He pressed down with his teeth, then let go slowly and gently.

Anh ta dùng răng ấn xuống rồi từ từ và nhẹ nhàng buông ra.

It was a silent answer of love, not spoken, but understood.

Đó là câu trả lời thầm lặng của tình yêu, không nói ra nhưng được hiểu.

Thornton stepped well back from the dog and gave the signal.

Thornton bước xa khỏi con chó và ra hiệu.

"Now, Buck," he said, and Buck responded with focused calm.

"Được rồi, Buck," anh nói, và Buck đáp lại bằng sự bình tĩnh tập trung.

Buck tightened the traces, then loosened them by a few inches.

Buck siết chặt các dây xích, rồi nới lỏng chúng ra vài inch.

This was the method he had learned; his way to break the sled.

Đây là phương pháp anh đã học được; cách anh dùng để phá hỏng chiếc xe trượt tuyết.

"Gee!" Thornton shouted, his voice sharp in the heavy silence.

"Chết tiệt!" Thornton hét lên, giọng anh sắc nhọn trong sự im lặng nặng nề.

Buck turned to the right and lunged with all of his weight.

Buck quay sang phải và lao tới với toàn bộ sức mạnh của mình.

The slack vanished, and Buck's full mass hit the tight traces.

Sự chùng xuống biến mất và toàn bộ sức mạnh của Buck chạm vào dây kéo chặt chẽ.

The sled trembled, and the runners made a crisp crackling sound.

Chiếc xe trượt tuyết rung chuyển và những thanh trượt phát ra tiếng kêu lách tách giòn tan.

"Haw!" Thornton commanded, shifting Buck's direction again.

"Haw!" Thornton ra lệnh, lại chuyển hướng của Buck.

Buck repeated the move, this time pulling sharply to the left.

Buck lặp lại động tác đó, lần này kéo mạnh về phía bên trái.

The sled cracked louder, the runners snapping and shifting.

Tiếng kêu răng rắc của chiếc xe trượt tuyết ngày một lớn hơn, các thanh trượt cũng kêu răng rắc và dịch chuyển.

The heavy load slid slightly sideways across the frozen snow.

Vật nặng trượt nhẹ sang một bên trên lớp tuyết đóng băng.

The sled had broken free from the grip of the icy trail!

Chiếc xe trượt tuyết đã thoát khỏi sự kìm kẹp của con đường băng giá!

Men held their breath, unaware they were not even breathing.

Mọi người nín thở, không hề biết rằng họ thậm chí không thở.

"Now, PULL!" Thornton cried out across the frozen silence.

"Bây giờ, KÉO!" Thornton hét lớn trong sự im lặng lạnh giá.

Thornton's command rang out sharp, like the crack of a whip.

Mệnh lệnh của Thornton vang lên sắc bén như tiếng roi quất.

Buck hurled himself forward with a fierce and jarring lunge.

Buck lao mình về phía trước với một cú lao mạnh mẽ và dữ dội.

His whole frame tensed and bunched for the massive strain.

Toàn bộ cơ thể anh căng cứng và co lại vì sức ép quá lớn.

Muscles rippled under his fur like serpents coming alive.

Những cơ bắp nổi lên dưới bộ lông của anh như những con rắn đang sống lại.

His great chest was low, head stretched forward toward the sled.

Bộ ngực lớn của nó hạ thấp, đầu vươn về phía trước hướng về phía chiếc xe trượt tuyết.

His paws moved like lightning, claws slicing the frozen ground.

Bàn chân của nó di chuyển nhanh như chớp, móng vuốt cắt nát mặt đất đóng băng.

Grooves were cut deep as he fought for every inch of traction.

Các rãnh được cắt sâu khi anh cố gắng giành từng inch lực kéo.

The sled rocked, trembled, and began a slow, uneasy motion.

Chiếc xe trượt tuyết rung lắc, lắc lư và bắt đầu chuyển động chậm chạp, khó khăn.

One foot slipped, and a man in the crowd groaned aloud.

Một bàn chân trượt đi, và một người đàn ông trong đám đông rên lên thành tiếng.

Then the sled lunged forward in a jerking, rough movement.

Sau đó, chiếc xe trượt tuyết lao về phía trước theo một chuyển động giật mạnh và thô bạo.

It didn't stop again—half an inch...an inch...two inches more.

Nó không dừng lại nữa—nửa inch...một inch...hai inch nữa.

The jerks became smaller as the sled began to gather speed.

Những cú giật trở nên nhỏ hơn khi chiếc xe trượt tuyết bắt đầu tăng tốc.

Soon Buck was pulling with smooth, even, rolling power.

Chẳng mấy chốc, Buck đã kéo được một lực lăn đều và êm ái.

Men gasped and finally remembered to breathe again.

Mọi người thở hổn hển và cuối cùng cũng nhớ ra phải thở lại.

They had not noticed their breath had stopped in awe.

Họ không nhận ra hơi thở của mình đã ngừng lại vì kinh ngạc.

Thornton ran behind, calling out short, cheerful commands.

Thornton chạy theo sau, ra lệnh ngắn gọn và vui vẻ.

Ahead was a stack of firewood that marked the distance.

Phía trước là một đống củi đánh dấu khoảng cách.

As Buck neared the pile, the cheering grew louder and louder.

Khi Buck tiến gần đến đống củi, tiếng reo hò ngày càng lớn hơn.

The cheering swelled into a roar as Buck passed the end point.

Tiếng reo hò vang lên khi Buck vượt qua điểm đích.

Men jumped and shouted, even Matthewson broke into a grin.

Mọi người nhảy cẫng lên và la hét, ngay cả Matthewson cũng cười toe toét.

Hats flew into the air, mittens were tossed without thought or aim.

Những chiếc mũ bay lên không trung, găng tay được ném đi mà không suy nghĩ hay nhắm mục tiêu.

Men grabbed each other and shook hands without knowing who.

Những người đàn ông nắm lấy tay nhau và bắt tay mà không biết là ai.

The whole crowd buzzed in wild, joyful celebration.

Toàn thể đám đông xôn xao trong niềm vui hân hoan, phấn khích.

Thornton dropped to his knees beside Buck with trembling hands.

Thornton quỳ xuống bên cạnh Buck với đôi tay run rẩy.

He pressed his head to Buck's and shook him gently back and forth.

Anh áp đầu mình vào đầu Buck và lắc nhẹ nó qua lại.

Those who approached heard him curse the dog with quiet love.

Những người đến gần đều nghe thấy anh ta chửi con chó một cách lặng lẽ.

He swore at Buck for a long time—softly, warmly, with emotion.

Anh ta chửi Buck rất lâu - nhẹ nhàng, nồng nhiệt, đầy cảm xúc.

"Good, sir! Good, sir!" cried the Skookum Bench king in a rush.

"Tốt lắm, thưa ngài! Tốt lắm, thưa ngài!" Vua Skookum Bench vội vã kêu lên.

"I'll give you a thousand—no, twelve hundred—for that dog, sir!"

"Tôi sẽ trả cho ông một nghìn, không, một nghìn hai trăm, cho con chó đó, thưa ông!"

Thornton rose slowly to his feet, his eyes shining with emotion.

Thornton từ từ đứng dậy, đôi mắt sáng lên đầy cảm xúc.

Tears streamed openly down his cheeks without any shame.

Nước mắt tuôn rơi trên má anh mà không hề xấu hổ.

"Sir," he said to the Skookum Bench king, steady and firm

"Thưa ngài," anh ta nói với vua Skookum Bench, giọng đều đều và kiên định

"No, sir. You can go to hell, sir. That's my final answer."

"Không, thưa ngài. Ngài có thể xuống địa ngục, thưa ngài. Đó là câu trả lời cuối cùng của tôi."

Buck grabbed Thornton's hand gently in his strong jaws.

Buck nhẹ nhàng nắm lấy tay Thornton bằng bộ hàm khỏe mạnh của mình.

Thornton shook him playfully, their bond deep as ever.

Thornton lắc anh một cách vui vẻ, mối quan hệ của họ vẫn sâu sắc như ngày nào.

The crowd, moved by the moment, stepped back in silence.

Đám đông, xúc động trước khoảnh khắc đó, đã lùi lại trong im lặng.

From then on, none dared interrupt such sacred affection.

Từ đó trở đi, không ai dám làm gián đoạn tình cảm thiêng liêng đó nữa.

The Sound of the Call
Tiếng gọi

Buck had earned sixteen hundred dollars in five minutes.
Buck đã kiếm được một nghìn sáu trăm đô la trong năm phút.

The money let John Thornton pay off some of his debts.
Số tiền này giúp John Thornton trả bớt một số khoản nợ.

With the rest of the money he headed East with his partners.
Với số tiền còn lại, ông cùng các cộng sự của mình đi về phía Đông.

They sought a fabled lost mine, as old as the country itself.
Họ tìm kiếm một mỏ vàng bị mất tích trong truyền thuyết, có niên đại lâu đời như chính đất nước này.

Many men had looked for the mine, but few had ever found it.
Nhiều người đã đi tìm mỏ, nhưng rất ít người tìm thấy nó.

More than a few men had vanished during the dangerous quest.
Không ít người đã biến mất trong cuộc hành trình nguy hiểm này.

This lost mine was wrapped in both mystery and old tragedy.
Mỏ than bị mất này ẩn chứa cả sự bí ẩn và bi kịch cũ.

No one knew who the first man to find the mine had been.
Không ai biết người đầu tiên tìm ra mỏ là ai.

The oldest stories don't mention anyone by name.
Những câu chuyện cổ nhất không nhắc đến tên bất kỳ ai.

There had always been an ancient ramshackle cabin there.
Ở đó luôn có một túp lều cũ kỹ, ọp ẹp.

Dying men had sworn there was a mine next to that old cabin.
Những người đàn ông hấp hối đã thề rằng có một mỏ bên cạnh ngôi nhà gỗ cũ đó.

They proved their stories with gold like none found elsewhere.
Họ đã chứng minh câu chuyện của mình bằng vàng mà không nơi nào có được.

No living soul had ever looted the treasure from that place.
Chưa có một sinh vật sống nào có thể cướp được kho báu ở nơi đó.

The dead were dead, and dead men tell no tales.
Người chết đã chết, và người chết thì không kể lại chuyện gì.

So Thornton and his friends headed into the East.
Vì vậy Thornton và bạn bè của ông đã tiến về phía Đông.

Pete and Hans joined, bringing Buck and six strong dogs.
Pete và Hans cũng tham gia, mang theo Buck và sáu chú chó khỏe mạnh.

They set off down an unknown trail where others had failed.
Họ bắt đầu đi theo một con đường chưa ai biết đến mà nhiều người khác đã thất bại.

They sledded seventy miles up the frozen Yukon River.
Họ trượt tuyết bảy mươi dặm trên dòng sông Yukon đóng băng.

They turned left and followed the trail into the Stewart.
Họ rẽ trái và đi theo con đường mòn vào Stewart.

They passed the Mayo and McQuestion, pressing farther on.
Họ đi qua Mayo và McQuestion và tiến xa hơn.

The Stewart shrank into a stream, threading jagged peaks.
Sông Stewart co lại thành một dòng suối, len lỏi qua những đỉnh núi gồ ghề.

These sharp peaks marked the very spine of the continent.
Những đỉnh núi nhọn này đánh dấu chính xương sống của lục địa.

John Thornton demanded little from men or the wild land.
John Thornton không đòi hỏi nhiều ở con người hay vùng đất hoang dã.

He feared nothing in nature and faced the wild with ease.
Ông không sợ bất cứ điều gì trong thiên nhiên và đối mặt với thiên nhiên hoang dã một cách dễ dàng.

With only salt and a rifle, he could travel where he wished.
Chỉ cần muối và một khẩu súng trường, anh ta có thể đi đến bất cứ nơi nào mình muốn.

Like the natives, he hunted food while he journeyed along.

Giống như người bản xứ, ông săn bắt thức ăn trong suốt cuộc hành trình.

If he caught nothing, he kept going, trusting luck ahead.

Nếu không bắt được gì, anh ta vẫn tiếp tục đi, tin tưởng vào may mắn phía trước.

On this long journey, meat was the main thing they ate.

Trong chuyến đi dài này, thịt là thức ăn chính của họ.

The sled held tools and ammo, but no strict timetable.

Chiếc xe trượt tuyết chở theo dụng cụ và đạn dược, nhưng không có thời gian biểu cụ thể.

Buck loved this wandering; the endless hunt and fishing.

Buck thích thú với việc lang thang này; săn bắn và câu cá bất tận.

For weeks they were traveling day after steady day.

Trong nhiều tuần, họ đi du lịch liên tục ngày này qua ngày khác.

Other times they made camps and stayed still for weeks.

Những lần khác, họ dựng trại và ở lại đó trong nhiều tuần.

The dogs rested while the men dug through frozen dirt.

Những chú chó nghỉ ngơi trong khi những người đàn ông đào bới trong lớp đất đóng băng.

They warmed pans over fires and searched for hidden gold.

Họ hơ chảo trên lửa và tìm kiếm vàng ẩn giấu.

Some days they starved, and some days they had feasts.

Có ngày họ phải chịu đói, có ngày họ lại mở tiệc.

Their meals depended on the game and the luck of the hunt.

Bữa ăn của họ phụ thuộc vào trò chơi và may mắn khi đi săn.

When summer came, men and dogs packed loads on their backs.

Khi mùa hè đến, đàn ông và chó thường chất nhiều đồ đạc lên lưng.

They rafted across blue lakes hidden in mountain forests.

Họ đi bè qua những hồ nước xanh ẩn mình trong những khu rừng trên núi.

They sailed slim boats on rivers no man had ever mapped.

Họ chèo những chiếc thuyền mỏng trên những dòng sông mà chưa ai từng vẽ bản đồ.

Those boats were built from trees they sawed in the wild.
Những chiếc thuyền đó được đóng từ những cây họ cưa trong tự nhiên.

The months passed, and they twisted through the wild unknown lands.
Nhiều tháng trôi qua, họ đi qua những vùng đất hoang dã chưa được biết đến.

There were no men there, yet old traces hinted that men had been.
Không có người đàn ông nào ở đó, nhưng những dấu vết cũ cho thấy đã từng có người đàn ông ở đó.

If the Lost Cabin was real, then others had once come this way.
Nếu Lost Cabin là có thật thì đã từng có người đi qua đây.

They crossed high passes in blizzards, even during the summer.
Họ vượt qua những con đèo cao trong bão tuyết, ngay cả vào mùa hè.

They shivered under the midnight sun on bare mountain slopes.
Họ run rẩy dưới ánh mặt trời lúc nửa đêm trên những sườn núi trơ trụi.

Between the treeline and the snowfields, they climbed slowly.
Giữa hàng cây và bãi tuyết, họ leo lên chậm rãi.

In warm valleys, they swatted at clouds of gnats and flies.
Ở những thung lũng ấm áp, họ đập tan những đám ruồi và muỗi.

They picked sweet berries near glaciers in full summer bloom.
Họ hái những quả mọng ngọt gần các sông băng đang nở rộ vào mùa hè.

The flowers they found were as lovely as those in the Southland.
Những bông hoa họ tìm thấy cũng đẹp như những bông hoa ở miền Nam.

That fall they reached a lonely region filled with silent lakes.
Mùa thu năm đó, họ đến một vùng đất vắng vẻ với những hồ nước yên tĩnh.

The land was sad and empty, once alive with birds and beasts.
Vùng đất này buồn bã và trống trải, trước kia từng có nhiều loài chim và thú sinh sống.

Now there was no life, just the wind and ice forming in pools.
Bây giờ không còn sự sống nữa, chỉ còn gió và băng hình thành trong các vũng nước.

Waves lapped against empty shores with a soft, mournful sound.
Sóng vỗ vào bờ vắng vẻ với âm thanh nhẹ nhàng, buồn thảm.

Another winter came, and they followed faint, old trails again.
Một mùa đông nữa lại đến, và họ lại đi theo những con đường mòn cũ kỹ, mờ nhạt.

These were the trails of men who had searched long before them.
Đây là dấu vết của những người đã tìm kiếm trước họ từ lâu.

Once they found a path cut deep into the dark forest.
Một lần họ tìm thấy một con đường mòn sâu vào khu rừng tối tăm.

It was an old trail, and they felt the lost cabin was close.
Đó là một con đường mòn cũ và họ cảm thấy căn nhà gỗ bị mất ở gần đó.

But the trail led nowhere and faded into the thick woods.
Nhưng con đường mòn chẳng dẫn tới đâu cả mà lại chìm sâu vào trong khu rừng rậm rạp.

Whoever made the trail, and why they made it, no one knew.
Không ai biết ai là người đã tạo ra con đường này và tại sao họ lại tạo ra nó.

Later, they found the wreck of a lodge hidden among the trees.

Sau đó, họ tìm thấy xác một ngôi nhà gỗ ẩn giữa những cái cây.

Rotting blankets lay scattered where someone once had slept.

Những tấm chăn mục nát nằm rải rác ở nơi mà ai đó từng ngủ.

John Thornton found a long-barreled flintlock buried inside.

John Thornton tìm thấy một khẩu súng hỏa mai nòng dài được chôn bên trong.

He knew this was a Hudson Bay gun from early trading days.

Ông biết đây là súng Hudson Bay từ những ngày đầu giao dịch.

In those days such guns were traded for stacks of beaver skins.

Vào thời đó, những khẩu súng như vậy được trao đổi để lấy những chồng da hải ly.

That was all—no clue remained of the man who built the lodge.

Chỉ có thế thôi—không còn manh mối nào về người đàn ông đã xây dựng ngôi nhà nghỉ.

Spring came again, and they found no sign of the Lost Cabin.

Mùa xuân lại đến và họ vẫn không tìm thấy dấu hiệu nào của Căn nhà gỗ bị mất.

Instead they found a broad valley with a shallow stream.

Thay vào đó, họ tìm thấy một thung lũng rộng với một dòng suối nông.

Gold lay across the pan bottoms like smooth, yellow butter.

Vàng trải khắp đáy chảo như bơ vàng mịn.

They stopped there and searched no farther for the cabin.

Họ dừng lại ở đó và không tiếp tục tìm kiếm căn nhà gỗ nữa.

Each day they worked and found thousands in gold dust.

Mỗi ngày họ làm việc và tìm thấy hàng ngàn hạt bụi vàng.

They packed the gold in bags of moose-hide, fifty pounds each.

Họ đóng gói vàng vào những túi da nai, mỗi túi nặng năm mươi pound.

The bags were stacked like firewood outside their small lodge.

Những chiếc túi được xếp chồng lên nhau như củi bên ngoài căn nhà nhỏ của họ.

They worked like giants, and the days passed like quick dreams.

Họ làm việc như những người khổng lồ, và những ngày tháng trôi qua như một giấc mơ ngắn ngủi.

They heaped up treasure as the endless days rolled swiftly by.

Họ tích lũy của cải khi những ngày tháng vô tận trôi qua nhanh chóng.

There was little for the dogs to do except haul meat now and then.

Lũ chó chẳng có việc gì làm ngoài việc thỉnh thoảng kéo thịt.

Thornton hunted and killed the game, and Buck lay by the fire.

Thornton săn và giết chết con mồi, còn Buck nằm bên đống lửa.

He spent long hours in silence, lost in thought and memory.

Ông dành nhiều giờ trong im lặng, đắm chìm trong suy nghĩ và ký ức.

The image of the hairy man came more often into Buck's mind.

Hình ảnh người đàn ông lông lá đó thường xuyên xuất hiện trong tâm trí Buck.

Now that work was scarce, Buck dreamed while blinking at the fire.

Bây giờ công việc trở nên khan hiếm, Buck mơ màng trong khi chớp mắt nhìn ngọn lửa.

In those dreams, Buck wandered with the man in another world.

Trong những giấc mơ đó, Buck lang thang cùng người đàn ông ở một thế giới khác.

Fear seemed the strongest feeling in that distant world.

Sợ hãi dường như là cảm giác mạnh mẽ nhất trong thế giới xa xôi ấy.

Buck saw the hairy man sleep with his head bowed low.

Buck nhìn thấy người đàn ông lông lá kia ngủ với đầu cúi thấp.

His hands were clasped, and his sleep was restless and broken.

Hai bàn tay anh nắm chặt, giấc ngủ không yên và chập chờn.

He used to wake with a start and stare fearfully into the dark.

Ông thường giật mình tỉnh giấc và nhìn chằm chằm vào bóng tối một cách sợ hãi.

Then he'd toss more wood onto the fire to keep the flame bright.

Sau đó, anh ta ném thêm củi vào lửa để giữ ngọn lửa sáng.

Sometimes they walked along a beach by a gray, endless sea.

Đôi khi họ đi bộ dọc theo bãi biển, bên cạnh một vùng biển xám xịt, vô tận.

The hairy man picked shellfish and ate them as he walked.

Người đàn ông lông lá này vừa đi vừa nhặt sò và ăn.

His eyes searched always for hidden dangers in the shadows.

Đôi mắt anh luôn tìm kiếm những mối nguy hiểm tiềm ẩn trong bóng tối.

His legs were always ready to sprint at the first sign of threat.

Đôi chân của anh luôn sẵn sàng chạy nước rút khi có dấu hiệu đe dọa đầu tiên.

They crept through the forest, silent and wary, side by side.

Họ rón rén đi qua khu rừng, im lặng và thận trọng, song hành cùng nhau.

Buck followed at his heels, and both of them stayed alert.

Buck bám sát theo sau, và cả hai đều giữ thái độ cảnh giác.

Their ears twitched and moved, their noses sniffed the air.

Tai chúng giật giật và chuyển động, mũi chúng hít ngửi không khí.

The man could hear and smell the forest as sharply as Buck.

Người đàn ông có thể nghe và ngửi thấy mùi của khu rừng nhạy bén như Buck.

The hairy man swung through the trees with sudden speed.

Người đàn ông lông lá lao nhanh qua những cái cây với tốc độ đột ngột.

He leapt from branch to branch, never missing his grip.

Anh ta nhảy từ cành cây này sang cành cây khác mà không hề trượt tay.

He moved as fast above the ground as he did upon it.

Anh ta di chuyển trên mặt đất cũng nhanh như khi ở trên mặt đất.

Buck remembered long nights beneath the trees, keeping watch.

Buck nhớ lại những đêm dài thức trắng dưới gốc cây để canh gác.

The man slept roosting in the branches, clinging tight.

Người đàn ông ngủ trên cành cây, bám chặt vào đó.

This vision of the hairy man was tied closely to the deep call.

Hình ảnh người đàn ông lông lá này gắn chặt với tiếng gọi sâu thẳm.

The call still sounded through the forest with haunting force.

Tiếng gọi vẫn vang vọng khắp khu rừng với sức mạnh ám ảnh.

The call filled Buck with longing and a restless sense of joy.

Tiếng gọi đó khiến Buck tràn ngập nỗi khao khát và cảm giác vui sướng vô bờ.

He felt strange urges and stirrings that he could not name.

Anh cảm thấy những thôi thúc và sự thôi thúc kỳ lạ mà anh không thể gọi tên.

Sometimes he followed the call deep into the quiet woods.

Đôi khi anh ta đi theo tiếng gọi vào sâu trong khu rừng yên tĩnh.

He searched for the calling, barking softly or sharply as he went.

Anh ta tìm kiếm tiếng gọi, sủa nhẹ hoặc sủa dữ dội khi đi qua.

He sniffed the moss and black soil where the grasses grew.

Anh ta hít hà mùi rêu và đất đen nơi cỏ mọc.

He snorted with delight at the rich smells of the deep earth.

Anh ta khịt mũi thích thú trước mùi hương nồng nàn của đất sâu.

He crouched for hours behind trunks covered in fungus.

Anh ta ngồi khom lưng hàng giờ sau những thân cây phủ đầy nấm.

He stayed still, listening wide-eyed to every tiny sound.

Anh đứng im, mở to mắt lắng nghe mọi âm thanh nhỏ nhất.

He may have hoped to surprise the thing that gave the call.

Có lẽ ông ấy hy vọng sẽ làm cho vật đã gọi điện kia ngạc nhiên.

He did not know why he acted this way—he simply did.

Anh không biết tại sao mình lại hành động như vậy—anh chỉ đơn giản là biết vậy.

The urges came from deep within, beyond thought or reason.

Những thôi thúc đó đến từ sâu thẳm bên trong, vượt ra ngoài suy nghĩ hay lý trí.

Irresistible urges took hold of Buck without warning or reason.

Những ham muốn không thể cưỡng lại cứ thôi thúc Buck mà không hề có lời cảnh báo hay lý do.

At times he was dozing lazily in camp under the midday heat.

Đôi khi anh ta ngủ gật một cách lười biếng trong trại dưới cái nóng buổi trưa.

Suddenly, his head lifted and his ears shoot up alert.

Đột nhiên, đầu anh ta ngẩng lên và tai dựng lên cảnh giác.

Then he sprang up and dash into the wild without pause.

Sau đó, anh ta bật dậy và lao vào nơi hoang dã mà không dừng lại.

He ran for hours through forest paths and open spaces.

Anh ấy chạy hàng giờ qua những con đường trong rừng và những không gian mở.

He loved to follow dry creek beds and spy on birds in the trees.

Ông thích đi theo những lòng suối khô cạn và ngắm nhìn những chú chim trên cây.

He could lie hidden all day, watching partridges strut around.

Anh ta có thể nằm ẩn mình cả ngày, quan sát những con chim gô đi lại thong thả.

They drummed and marched, unaware of Buck's still presence.

Họ vừa đánh trống vừa diễu hành, không hề biết đến sự hiện diện của Buck.

But what he loved most was running at twilight in summer.

Nhưng điều anh thích nhất là chạy bộ vào lúc chạng vạng mùa hè.

The dim light and sleepy forest sounds filled him with joy.

Ánh sáng mờ ảo và âm thanh buồn ngủ của khu rừng khiến anh tràn ngập niềm vui.

He read the forest signs as clearly as a man reads a book.

Anh ấy đọc các biển báo trong rừng rõ ràng như một người đọc sách.

And he searched always for the strange thing that called him.

Và anh luôn tìm kiếm thứ kỳ lạ đã gọi anh.

That calling never stopped—it reached him waking or sleeping.

Tiếng gọi đó không bao giờ dừng lại - nó vẫn vang vọng đến anh dù anh đang thức hay đang ngủ.

One night, he woke with a start, eyes sharp and ears high.

Một đêm nọ, anh ta giật mình tỉnh giấc, mắt mở to và tai dựng lên.

His nostrils twitched as his mane stood bristling in waves.

Lỗ mũi của nó giật giật trong khi bờm của nó dựng đứng lên từng đợt.

From deep in the forest came the sound again, the old call.

Từ sâu trong rừng lại vang lên âm thanh ấy, tiếng gọi xưa.

This time the sound rang clearly, a long, haunting, familiar howl.

Lần này âm thanh vang lên rõ ràng, một tiếng hú dài, ám ảnh và quen thuộc.

It was like a husky's cry, but strange and wild in tone.

Nó giống như tiếng kêu của loài chó husky, nhưng có âm điệu kỳ lạ và hoang dã.

Buck knew the sound at once—he had heard the exact sound long ago.

Buck nhận ra âm thanh đó ngay lập tức—anh đã từng nghe chính xác âm thanh đó từ lâu rồi.

He leapt through camp and vanished swiftly into the woods.

Anh ta nhảy qua trại và nhanh chóng biến mất vào trong rừng.

As he neared the sound, he slowed and moved with care.

Khi đến gần nơi có tiếng động, anh ta chậm lại và di chuyển cẩn thận.

Soon he reached a clearing between thick pine trees.

Chẳng mấy chốc anh đã tới một khoảng đất trống giữa những cây thông rậm rạp.

There, upright on its haunches, sat a tall, lean timber wolf.

Ở đó, một con sói gỗ cao gầy đang ngồi thẳng trên hai chân sau.

The wolf's nose pointed skyward, still echoing the call.

Mũi con sói hướng lên trời, vẫn vang vọng tiếng gọi.

Buck had made no sound, yet the wolf stopped and listened.

Buck không hề phát ra tiếng động nào, nhưng con sói vẫn dừng lại và lắng nghe.

Sensing something, the wolf tensed, searching the darkness.

Cảm nhận được điều gì đó, con sói căng thẳng, tìm kiếm trong bóng tối.

Buck crept into view, body low, feet quiet on the ground.

Buck từ từ xuất hiện, thân hình cúi thấp, chân đặt nhẹ nhàng trên mặt đất.

His tail was straight, his body coiled tight with tension.

Đuôi của nó thẳng, thân mình cuộn chặt lại vì căng thẳng.

He showed both threat and a kind of rough friendship.

Anh ta vừa tỏ ra đe dọa vừa có vẻ thân thiện.

It was the wary greeting shared by beasts of the wild.

Đó là lời chào thận trọng thường thấy ở các loài thú hoang dã.

But the wolf turned and fled as soon as it saw Buck.

Nhưng con sói quay lại và bỏ chạy ngay khi nhìn thấy Buck.

Buck gave chase, leaping wildly, eager to overtake it.

Buck đuổi theo, nhảy loạn xạ, háo hức muốn bắt kịp nó.

He followed the wolf into a dry creek blocked by a timber jam.

Anh ta đi theo con sói vào một con suối khô cạn bị chặn bởi một đống gỗ.

Cornered, the wolf spun around and stood its ground.

Bị dồn vào chân tường, con sói quay lại và đứng im.

The wolf snarled and snapped like a trapped husky dog in a fight.

Con sói gầm gừ và cắn như một con chó husky bị mắc bẫy trong một cuộc chiến.

The wolf's teeth clicked fast, its body bristling with wild fury.

Răng của con sói va vào nhau lập cập, cơ thể nó dựng đứng lên vì cơn thịnh nộ dữ dội.

Buck did not attack but circled the wolf with careful friendliness.

Buck không tấn công mà chỉ đi vòng quanh con sói một cách thân thiện và thận trọng.

He tried to block his escape by slow, harmless movements.

Anh ta cố gắng chặn đường thoát của hắn bằng những chuyển động chậm rãi, vô hại.

The wolf was wary and scared—Buck outweighed him three times.

Con sói cảnh giác và sợ hãi—Buck nặng hơn nó gấp ba lần.

The wolf's head barely reached up to Buck's massive shoulder.

Đầu của con sói chỉ cao tới vai to lớn của Buck.

Watching for a gap, the wolf bolted and the chase began
again.
Nhìn thấy khoảng trống, con sói chạy vụt đi và cuộc rượt đuổi
lại bắt đầu.
Several times Buck cornered him, and the dance repeated.
Buck đã nhiều lần dồn anh vào chân tường và điệu nhảy lại
được lặp lại.
The wolf was thin and weak, or Buck could not have caught
him.
Con sói gầy và yếu, nếu không thì Buck không thể bắt được
nó.
Each time Buck drew near, the wolf spun and faced him in
fear.
Mỗi lần Buck đến gần, con sói lại quay lại và đối mặt với Buck
trong sợ hãi.
Then at the first chance, he dashed off into the woods once
more.
Sau đó, ngay khi có cơ hội, anh ta lại lao vào rừng một lần
nữa.
But Buck did not give up, and finally the wolf came to trust
him.
Nhưng Buck không bỏ cuộc và cuối cùng con sói cũng tin
tưởng Buck.
He sniffed Buck's nose, and the two grew playful and alert.
Anh ta hít mũi Buck và cả hai trở nên vui tươi và cảnh giác.
They played like wild animals, fierce yet shy in their joy.
Họ chơi đùa như những con thú hoang dã, hung dữ nhưng
cũng rất nhút nhát trong niềm vui.
After a while, the wolf trotted off with calm purpose.
Một lúc sau, con sói bước đi với thái độ bình tĩnh.
He clearly showed Buck that he meant to be followed.
Anh ta tỏ rõ ý muốn cho Buck biết là anh ta muốn bị theo dõi.
They ran side by side through the twilight gloom.
Họ chạy cạnh nhau trong bóng tối lúc chạng vạng.
They followed the creek bed up into the rocky gorge.
Họ đi theo lòng suối lên hẻm núi đá.
They crossed a cold divide where the stream had begun.

Họ băng qua một ranh giới lạnh giá, nơi dòng suối bắt đầu.

On the far slope they found wide forest and many streams.

Trên sườn dốc xa hơn, họ tìm thấy một khu rừng rộng lớn và nhiều dòng suối.

Through this vast land, they ran for hours without stopping.

Qua vùng đất rộng lớn này, họ chạy hàng giờ liền mà không dừng lại.

The sun rose higher, the air grew warm, but they ran on.

Mặt trời lên cao hơn, không khí ấm lên, nhưng họ vẫn chạy tiếp.

Buck was filled with joy—he knew he was answering his calling.

Buck tràn ngập niềm vui—anh biết mình đã trả lời được tiếng gọi của mình.

He ran beside his forest brother, closer to the call's source.

Anh chạy bên cạnh người anh em trong rừng của mình, đến gần nguồn phát ra tiếng gọi hơn.

Old feelings returned, powerful and hard to ignore.

Những cảm xúc cũ lại ùa về, mạnh mẽ và khó có thể bỏ qua.

These were the truths behind the memories from his dreams.

Đây chính là sự thật ẩn sau những ký ức trong giấc mơ của anh.

He had done all this before in a distant and shadowy world.

Anh đã từng làm tất cả những điều này trước đây trong một thế giới xa xôi và tối tăm.

Now he did this again, running wild with the open sky above.

Bây giờ anh lại làm điều này một lần nữa, chạy thật nhanh trên bầu trời rộng mở phía trên.

They stopped at a stream to drink from the cold flowing water.

Họ dừng lại bên một dòng suối để uống nước mát lạnh chảy từ đó.

As he drank, Buck suddenly remembered John Thornton.

Trong lúc uống, Buck đột nhiên nhớ đến John Thornton.

He sat down in silence, torn by the pull of loyalty and the calling.

Anh ngồi xuống trong im lặng, bị giằng xé bởi lòng trung thành và tiếng gọi.

The wolf trotted on, but came back to urge Buck forward.

Con sói chạy tiếp nhưng rồi quay lại thúc Buck tiến về phía trước.

He sniffed his nose and tried to coax him with soft gestures.

Anh ta hít mũi và cố gắng dụ dỗ nó bằng những cử chỉ nhẹ nhàng.

But Buck turned around and started back the way he came.

Nhưng Buck quay lại và đi ngược lại con đường mà anh đã đi tới.

The wolf ran beside him for a long time, whining quietly.

Con sói chạy bên cạnh anh ta một hồi lâu, khẽ rên rỉ.

Then he sat down, raised his nose, and let out a long howl.

Sau đó, nó ngồi xuống, hếch mũi lên và hú một tiếng dài.

It was a mournful cry, softening as Buck walked away.

Đó là tiếng kêu đau buồn, rồi dịu đi khi Buck bước đi.

Buck listened as the sound of the cry faded slowly into the forest silence.

Buck lắng nghe tiếng kêu dần dần nhỏ dần vào sự im lặng của khu rừng.

John Thornton was eating dinner when Buck burst into the camp.

John Thornton đang ăn tối thì Buck chạy vào trại.

Buck leapt upon him wildly, licking, biting, and tumbling him.

Buck nhảy bổ vào anh ta một cách điên cuồng, liếm, cắn và làm anh ta ngã nhào.

He knocked him over, scrambled on top, and kissed his face.

Anh ta đẩy anh ta ngã, trèo lên người anh ta và hôn vào mặt anh ta.

Thornton called this "playing the general tom-fool" with affection.

Thornton trìu mến gọi đây là "hành động đóng vai kẻ ngốc".

All the while, he cursed Buck gently and shook him back and forth.

Trong lúc đó, anh ta khẽ chửi Buck và lắc nó qua lại.

For two whole days and nights, Buck never left the camp once.

Trong suốt hai ngày hai đêm, Buck không hề rời khỏi trại một lần nào.

He kept close to Thornton and never let him out of his sight.

Anh ta luôn theo sát Thornton và không bao giờ rời mắt khỏi anh ta.

He followed him as he worked and watched him while he ate.

Anh ta theo dõi anh ta khi anh ta làm việc và quan sát anh ta khi anh ta ăn.

He saw Thornton into his blankets at night and out each morning.

Anh nhìn thấy Thornton trùm chăn vào ban đêm và ra ngoài vào mỗi buổi sáng.

But soon the forest call returned, louder than ever before.

Nhưng tiếng gọi của khu rừng lại sớm trở lại, to hơn bao giờ hết.

Buck grew restless again, stirred by thoughts of the wild wolf.

Buck lại cảm thấy bồn chồn, lo lắng khi nghĩ đến con sói hoang.

He remembered the open land and running side by side.

Anh nhớ vùng đất rộng mở và những lần chạy song song.

He began wandering into the forest once more, alone and alert.

Anh ta bắt đầu lang thang vào rừng một lần nữa, một mình và cảnh giác.

But the wild brother did not return, and the howl was not heard.

Nhưng người anh em hoang dã đã không quay trở lại và tiếng hú cũng không còn nữa.

Buck started sleeping outside, staying away for days at a time.

Buck bắt đầu ngủ ngoài trời, có khi mất đến nhiều ngày.

Once he crossed the high divide where the creek had begun.

Có lần ông vượt qua ranh giới cao nơi con suối bắt đầu.

He entered the land of dark timber and wide flowing streams.

Anh ta đi vào vùng đất có rừng cây rậm rạp và những dòng suối rộng chảy xiết.

For a week he roamed, searching for signs of the wild brother.

Trong suốt một tuần, anh ta lang thang, tìm kiếm dấu hiệu của người anh em hoang dã.

He killed his own meat and travelled with long, tireless strides.

Ông tự tay giết thịt con mồi và di chuyển bằng những bước chân dài không biết mệt mỏi.

He fished for salmon in a wide river that reached the sea.

Ông đánh bắt cá hồi ở một con sông rộng chảy ra biển.

There, he fought and killed a black bear maddened by bugs.

Ở đó, anh đã chiến đấu và giết chết một con gấu đen bị côn trùng làm cho phát điên.

The bear had been fishing and ran blindly through the trees.

Con gấu đang câu cá và chạy một cách mù quáng qua các hàng cây.

The battle was a fierce one, waking Buck's deep fighting spirit up.

Trận chiến diễn ra vô cùng khốc liệt, đánh thức tinh thần chiến đấu sâu sắc của Buck.

Two days later, Buck returned to find wolverines at his kill.

Hai ngày sau, Buck quay lại và thấy đàn chồn sói đã giết chết con mồi của mình.

A dozen of them quarreled over the meat in noisy fury.

Hàng chục người cãi nhau ầm ĩ vì miếng thịt.

Buck charged and scattered them like leaves in the wind.

Buck lao tới và làm chúng tan tác như lá cây trước gió.

Two wolves remained behind—silent, lifeless, and unmoving forever.

Hai con sói vẫn đứng phía sau—im lặng, vô hồn và bất động mãi mãi.

The thirst for blood grew stronger than ever.

Cơn khát máu ngày càng mãnh liệt hơn bao giờ hết.

Buck was a hunter, a killer, feeding off living creatures.
Buck là một thợ săn, một kẻ giết người, chuyên săn bắt các sinh vật sống.

He survived alone, relying on his strength and sharp senses.
Ông sống sót một mình, nhờ vào sức mạnh và giác quan nhạy bén của mình.

He thrived in the wild, where only the toughest could live.
Anh ấy phát triển mạnh mẽ trong môi trường tự nhiên, nơi chỉ những kẻ mạnh mẽ nhất mới có thể sống được.

From this, a great pride rose up and filled Buck's whole being.
Từ đó, một niềm tự hào lớn lao dâng trào và tràn ngập toàn bộ con người Buck.

His pride showed in his every step, in the ripple of every muscle.
Niềm tự hào của ông thể hiện trong từng bước đi, trong từng đường gân cơ.

His pride was as clear as speech, seen in how he carried himself.
Niềm tự hào của ông thể hiện rõ qua cách ông cư xử.

Even his thick coat looked more majestic and gleamed brighter.
Ngay cả bộ lông dày của nó cũng trông uy nghi hơn và sáng bóng hơn.

Buck could have been mistaken for a giant timber wolf.
Buck có thể bị nhầm là một con sói gỗ khổng lồ.

Except for brown on his muzzle and spots above his eyes.
Ngoại trừ màu nâu trên mõm và những đốm phía trên mắt.

And the white streak of fur that ran down the middle of his chest.
Và vệt lông trắng chạy dọc giữa ngực.

He was even larger than the biggest wolf of that fierce breed.
Nó thậm chí còn lớn hơn cả con sói lớn nhất của giống loài hung dữ đó.

His father, a St. Bernard, gave him size and heavy frame.
Cha của ông, một chú chó St. Bernard, đã mang lại cho ông vóc dáng to lớn và vạm vỡ.

His mother, a shepherd, shaped that bulk into wolf-like form.

Mẹ của ông, một người chăn cừu, đã nặn khối đá đó thành hình dạng giống như loài sói.

He had the long muzzle of a wolf, though heavier and broader.

Anh ta có mõm dài của loài sói, mặc dù nặng hơn và to hơn.

His head was a wolf's, but built on a massive, majestic scale.

Đầu của ông ta là đầu của một con sói, nhưng được xây dựng trên một quy mô đồ sộ, uy nghi.

Buck's cunning was the cunning of the wolf and of the wild.

Sự khôn ngoan của Buck chính là sự khôn ngoan của loài sói và của thiên nhiên hoang dã.

His intelligence came from both the German Shepherd and St. Bernard.

Trí thông minh của ông được thừa hưởng từ cả giống chó chăn cừu Đức và St. Bernard.

All this, plus harsh experience, made him a fearsome creature.

Tất cả những điều này, cùng với kinh nghiệm khắc nghiệt, đã biến anh ta thành một sinh vật đáng sợ.

He was as formidable as any beast that roamed the northern wild.

Anh ta đáng sợ như bất kỳ con thú nào lang thang ở vùng hoang dã phía bắc.

Living only on meat, Buck reached the full peak of his strength.

Chỉ sống bằng thịt, Buck đã đạt đến đỉnh cao sức mạnh của mình.

He overflowed with power and male force in every fiber of him.

Anh ấy tràn đầy sức mạnh và sức mạnh đàn ông trong từng thớ thịt của mình.

When Thornton stroked his back, the hairs sparked with energy.

Khi Thornton vuốt lưng anh, những sợi lông tỏa ra năng lượng.

Each hair crackled, charged with the touch of living magnetism.

Mỗi sợi tóc kêu lạo xạo, mang theo sức mạnh từ tính sống động.

His body and brain were tuned to the finest possible pitch.

Cơ thể và não bộ của ông được điều chỉnh ở mức cao nhất có thể.

Every nerve, fiber, and muscle worked in perfect harmony.

Mọi dây thần kinh, sợi cơ và cơ đều hoạt động một cách hoàn hảo.

To any sound or sight needing action, he responded instantly.

Bất kỳ âm thanh hay hình ảnh nào cần hành động, ông đều phản ứng ngay lập tức.

If a husky leaped to attack, Buck could leap twice as fast.

Nếu một con chó husky nhảy lên để tấn công, Buck có thể nhảy nhanh gấp đôi.

He reacted quicker than others could even see or hear.

Anh ấy phản ứng nhanh hơn những gì người khác có thể nhìn thấy hoặc nghe thấy.

Perception, decision, and action all came in one fluid moment.

Nhận thức, quyết định và hành động đều diễn ra trong cùng một khoảnh khắc trôi chảy.

In truth, these acts were separate, but too fast to notice.

Trên thực tế, những hành động này diễn ra riêng biệt nhưng diễn ra quá nhanh để nhận ra.

So brief were the gaps between these acts, they seemed as one.

Khoảng cách giữa các hành động này quá ngắn đến nỗi chúng trông như một.

His muscles and being was like tightly coiled springs.

Cơ bắp và con người của anh ta giống như những chiếc lò xo cuộn chặt.

His body surged with life, wild and joyful in its power.

Cơ thể anh tràn đầy sức sống, hoang dã và vui tươi trong sức mạnh của nó.

At times he felt like the force was going to burst out of him entirely.

Đôi lúc anh cảm thấy sức mạnh như sắp bùng nổ và thoát ra khỏi cơ thể mình.

"Never was there such a dog," Thornton said one quiet day.

"Chưa từng có con chó nào như vậy", Thornton nói vào một ngày yên tĩnh.

The partners watched Buck striding proudly from the camp.

Các cộng sự nhìn Buck sải bước đầy kiêu hãnh ra khỏi trại.

"When he was made, he changed what a dog can be," said Pete.

"Khi anh ấy được tạo ra, anh ấy đã thay đổi bản chất của một chú chó", Pete nói.

"By Jesus! I think so myself," Hans quickly agreed.

"Lạy Chúa! Tôi cũng nghĩ vậy," Hans nhanh chóng đồng ý.

They saw him march off, but not the change that came after.

Họ nhìn thấy anh ta bước đi, nhưng không thấy sự thay đổi xảy ra sau đó.

As soon as he entered the woods, Buck transformed completely.

Ngay khi bước vào rừng, Buck đã biến đổi hoàn toàn.

He no longer marched, but moved like a wild ghost among trees.

Anh ta không còn tiến bước nữa mà di chuyển như một bóng ma hoang dã giữa những hàng cây.

He became silent, cat-footed, a flicker passing through shadows.

Anh ta trở nên im lặng, chân như mèo, một tia sáng lóe lên xuyên qua bóng tối.

He used cover with skill, crawling on his belly like a snake.

Anh ta sử dụng khả năng ẩn nấp một cách khéo léo, bò bằng bụng như một con rắn.

And like a snake, he could leap forward and strike in silence.

Và giống như một con rắn, anh ta có thể nhảy về phía trước và tấn công trong im lặng.

He could steal a ptarmigan straight from its hidden nest.

Anh ta có thể đánh cắp một con gà gô ngay từ tổ ẩn của nó.

He killed sleeping rabbits without a single sound.

Anh ta giết chết những con thỏ đang ngủ mà không phát ra một tiếng động nào.

He could catch chipmunks midair as they fled too slowly.

Anh ấy có thể bắt được những chú sóc chuột giữa không trung vì chúng chạy quá chậm.

Even fish in pools could not escape his sudden strikes.

Ngay cả cá trong ao cũng không thoát khỏi đòn tấn công bất ngờ của anh.

Not even clever beavers fixing dams were safe from him.

Ngay cả những con hải ly thông minh chuyên sửa đập cũng không thoát khỏi hắn.

He killed for food, not for fun—but liked his own kills best.

Anh ta giết để kiếm thức ăn chứ không phải để giải trí—nhưng thích nhất là chính tay mình giết.

Still, a sly humor ran through some of his silent hunts.

Tuy nhiên, đôi khi trong cuộc săn lùng thầm lặng của mình, anh vẫn có chút khiếu hài hước tinh quái.

He crept up close to squirrels, only to let them escape.

Anh ta rón rén đến gần những con sóc, nhưng lại để chúng trốn thoát.

They were going to flee to the trees, chattering in fearful outrage.

Họ định chạy trốn vào rừng, vừa chạy vừa kêu la trong sự giận dữ và sợ hãi.

As fall came, moose began to appear in greater numbers.

Khi mùa thu đến, nai sừng tấm bắt đầu xuất hiện với số lượng lớn hơn.

They moved slowly into the low valleys to meet the winter.

Họ di chuyển chậm rãi vào các thung lũng thấp để đón mùa đông.

Buck had already brought down one young, stray calf.

Buck đã bắt được một con bê con đi lạc.

But he longed to face larger, more dangerous prey.

Nhưng anh ta khao khát được đối mặt với con mồi lớn hơn và nguy hiểm hơn.

One day on the divide, at the creek's head, he found his chance.

Một ngày nọ trên đường phân thủy, tại đầu con suối, anh đã tìm thấy cơ hội của mình.

A herd of twenty moose had crossed from forested lands.

Một đàn gồm hai mươi con nai sừng tấm đã băng qua từ vùng đất rừng rậm.

Among them was a mighty bull; the leader of the group.

Trong số đó có một con bò đực to lớn; thủ lĩnh của nhóm.

The bull stood over six feet tall and looked fierce and wild.

Con bò đực cao hơn sáu feet và trông rất hung dữ và hoang dã.

He tossed his wide antlers, fourteen points branching outward.

Ông ta vung cặp gạc rộng của mình, gồm mười bốn nhánh hướng ra ngoài.

The tips of those antlers stretched seven feet across.

Đầu của những chiếc gạc này dài tới bảy feet.

His small eyes burned with rage as he spotted Buck nearby.

Đôi mắt nhỏ của hắn bùng cháy vì giận dữ khi phát hiện ra Buck ở gần đó.

He let out a furious roar, trembling with fury and pain.

Hắn gầm lên một tiếng dữ dội, run rẩy vì tức giận và đau đớn.

An arrow-end stuck out near his flank, feathered and sharp.

Một đầu mũi tên nhô ra gần hông anh ta, nhọn và sắc.

This wound helped explain his savage, bitter mood.

Vết thương này giúp giải thích tâm trạng cay đắng, tàn bạo của ông.

Buck, guided by ancient hunting instinct, made his move.

Được dẫn dắt bởi bản năng săn mồi cổ xưa, Buck đã hành động.

He aimed to separate the bull from the rest of the herd.

Mục đích của anh ta là tách con bò đực ra khỏi phần còn lại của đàn.

This was no easy task—it took speed and fierce cunning.

Đây không phải là nhiệm vụ dễ dàng, đòi hỏi phải có tốc độ và sự khôn ngoan tuyệt vời.

He barked and danced near the bull, just out of range.

Anh ta sủa và nhảy múa gần con bò, vừa đủ xa tầm với của nó.

The moose lunged with huge hooves and deadly antlers.

Con nai sừng tấm lao tới với móng guốc lớn và cặp gạc nguy hiểm.

One blow could have ended Buck's life in a heartbeat.

Chỉ một đòn thôi cũng có thể kết liễu mạng sống của Buck chỉ trong tích tắc.

Unable to leave the threat behind, the bull grew mad.

Không thể bỏ lại mối đe dọa phía sau, con bò đực trở nên điên cuồng.

He charged in fury, but Buck always slipped away.

Anh ta lao tới trong cơn giận dữ, nhưng Buck luôn trốn thoát.

Buck faked weakness, luring him farther from the herd.

Buck giả vờ yếu đuối, dụ hắn ra xa khỏi đàn.

But young bulls were going to charge back to protect the leader.

Nhưng những con bò đực non sẽ lao về phía trước để bảo vệ con đầu đàn.

They forced Buck to retreat and the bull to rejoin the group.

Họ buộc Buck phải rút lui và con bò đực phải quay trở lại nhóm.

There is a patience in the wild, deep and unstoppable.

Có một sự kiên nhẫn trong tự nhiên, sâu thẳm và không thể ngăn cản.

A spider waits motionless in its web for countless hours.

Một con nhện nằm bất động trong mạng của nó hàng giờ liền.

A snake coils without twitching, and waits till it is time.

Con rắn cuộn mình mà không hề co giật, và chờ đợi đến thời điểm thích hợp.

A panther lies in ambush, until the moment arrives.

Một con báo nằm phục kích cho đến khi thời khắc quyết định đến.

This is the patience of predators who hunt to survive.

Đây là sự kiên nhẫn của những loài săn mồi để sinh tồn.

That same patience burned inside Buck as he stayed close.

Sự kiên nhẫn đó vẫn cháy trong Buck khi anh ở gần đó.

He stayed near the herd, slowing its march and stirring fear.

Anh ta ở gần đàn gia súc, làm chậm bước di chuyển của chúng và khuấy động nỗi sợ hãi.

He teased the young bulls and harassed the mother cows.

Anh ta trêu chọc những chú bò đực non và quấy rối những chú bò mẹ.

He drove the wounded bull into a deeper, helpless rage.

Anh ta khiến con bò bị thương trở nên giận dữ và bất lực hơn.

For half a day, the fight dragged on with no rest at all.

Cuộc chiến kéo dài suốt nửa ngày mà không hề có sự nghỉ ngơi.

Buck attacked from every angle, fast and fierce as wind.

Buck tấn công từ mọi hướng, nhanh và dữ dội như gió.

He kept the bull from resting or hiding with its herd.

Ông không cho con bò đực nghỉ ngơi hoặc trốn cùng với đàn của nó.

Buck wore down the moose's will faster than its body.

Buck làm suy yếu ý chí của con nai sừng tấm nhanh hơn cơ thể của nó.

The day passed and the sun sank low in the northwest sky.

Ngày trôi qua và mặt trời lặn dần ở bầu trời phía tây bắc.

The young bulls returned more slowly to help their leader.

Những con bò đực trẻ quay trở lại chậm hơn để giúp đỡ con đầu đàn của chúng.

Fall nights had returned, and darkness now lasted six hours.

Đêm mùa thu đã trở lại và bóng tối kéo dài sáu giờ đồng hồ.

Winter was pressing them downhill into safer, warmer valleys.

Mùa đông đang đẩy họ xuống những thung lũng an toàn và ấm áp hơn.

But still they couldn't escape the hunter that held them back.

Nhưng họ vẫn không thể thoát khỏi tay thợ săn đang giữ họ lại.

Only one life was at stake—not the herd's, just their leader's.

Chỉ có một mạng sống đang bị đe dọa—không phải của cả bầy, mà chỉ của thủ lĩnh.

That made the threat distant and not their urgent concern.

Điều đó khiến mối đe dọa trở nên xa vời và không còn là mối quan tâm cấp bách của họ.

In time, they accepted this cost and let Buck take the old bull.

Sau một thời gian, họ chấp nhận chi phí này và để Buck dắt con bò đực già.

As twilight settled in, the old bull stood with his head down.

Khi hoàng hôn buông xuống, con bò già đứng cúi đầu.

He watched the herd he had led vanish into the fading light.

Anh ta nhìn đàn gia súc mà anh ta dẫn dắt biến mất vào trong ánh sáng đang mờ dần.

There were cows he had known, calves he had once fathered.

Có những con bò mà anh từng biết, những chú bê mà anh đã từng làm cha.

There were younger bulls he had fought and ruled in past seasons.

Có những con bò đực trẻ hơn mà anh đã từng chiến đấu và thống trị trong những mùa giải trước.

He could not follow them—for before him crouched Buck again.

Anh không thể đuổi theo họ được nữa vì Buck lại khom người trước mặt anh.

The merciless fanged terror blocked every path he might take.

Nỗi kinh hoàng tàn nhẫn với nanh vuốt sắc nhọn đã chặn mọi con đường mà anh ta có thể đi qua.

The bull weighed more than three hundredweight of dense power.

Con bò đực nặng hơn ba trăm pound sức mạnh dày đặc.

He had lived long and fought hard in a world of struggle.

Ông đã sống lâu và chiến đấu hết mình trong một thế giới đầy đấu tranh.

Yet now, at the end, death came from a beast far beneath him.

Nhưng giờ đây, cuối cùng, cái chết đã đến từ một con quái vật thấp kém hơn anh rất nhiều.

Buck's head did not even rise to the bull's huge knuckled knees.

Đầu của Buck thậm chí còn không cao tới đầu gối to lớn của con bò.

From that moment on, Buck stayed with the bull night and day.

Từ lúc đó, Buck ở lại với con bò ngày đêm.

He never gave him rest, never allowed him to graze or drink.

Ông ta không bao giờ cho nó nghỉ ngơi, không bao giờ cho nó ăn cỏ hay uống nước.

The bull tried to eat young birch shoots and willow leaves.

Con bò đực cố gắng ăn những chồi non của cây bạch dương và lá liễu.

But Buck drove him off, always alert and always attacking.

Nhưng Buck đã đuổi nó đi, luôn cảnh giác và luôn tấn công.

Even at trickling streams, Buck blocked every thirsty attempt.

Ngay cả ở những dòng suối nhỏ giọt, Buck cũng chặn đứng mọi nỗ lực khát nước của nó.

Sometimes, in desperation, the bull fled at full speed.

Đôi khi, trong cơn tuyệt vọng, con bò đực bỏ chạy hết tốc lực.

Buck let him run, loping calmly just behind, never far away.

Buck để mặc anh ta chạy, bình tĩnh chạy theo sau, không bao giờ đi quá xa.

When the moose paused, Buck lay down, but stayed ready.

Khi con nai sừng tấm dừng lại, Buck nằm xuống nhưng vẫn trong tư thế sẵn sàng.

If the bull tried to eat or drink, Buck struck with full fury.

Nếu con bò đực cố ăn hoặc uống, Buck sẽ ra đòn rất dữ dội.

The bull's great head sagged lower under its vast antlers.

Cái đầu to lớn của con bò đực cụp xuống dưới cặp gạc khổng lồ.

His pace slowed, the trot became a heavy; a stumbling walk.

Bước chân của anh chậm lại, bước chạy trở nên nặng nề; bước đi loạng choạng.

He often stood still with drooped ears and nose to the ground.

Anh ta thường đứng yên với đôi tai cụp xuống và mũi hướng xuống đất.

During those moments, Buck took time to drink and rest.

Trong những lúc đó, Buck dành thời gian để uống rượu và nghỉ ngơi.

Tongue out, eyes fixed, Buck sensed the land was changing.

Lưỡi thè ra, mắt nhìn chằm chằm, Buck cảm nhận được vùng đất đang thay đổi.

He felt something new moving through the forest and sky.

Anh cảm thấy có điều gì đó mới mẻ di chuyển qua khu rừng và bầu trời.

As moose returned, so did other creatures of the wild.

Khi loài nai sừng tấm quay trở lại, các loài động vật hoang dã khác cũng quay trở lại.

The land felt alive with presence, unseen but strongly known.

Mảnh đất này có vẻ sống động, hiện hữu một cách vô hình nhưng lại vô cùng quen thuộc.

It was not by sound, sight, nor by scent that Buck knew this.

Buck biết điều này không phải bằng âm thanh, hình ảnh hay mùi hương.

A deeper sense told him that new forces were on the move.

Một cảm giác sâu sắc hơn mách bảo ông rằng những thế lực mới đang di chuyển.

Strange life stirred through the woods and along the streams.

Sự sống kỳ lạ xuất hiện khắp khu rừng và dọc theo các dòng suối.

He resolved to explore this spirit, after the hunt was complete.

Anh quyết định sẽ khám phá linh hồn này sau khi cuộc săn lùng kết thúc.

On the fourth day, Buck brought down the moose at last.

Đến ngày thứ tư, cuối cùng Buck cũng bắt được con nai sừng tấm.

He stayed by the kill for a full day and night, feeding and resting.

Anh ấy ở lại bên xác con mồi cả ngày lẫn đêm, để kiếm ăn và nghỉ ngơi.

He ate, then slept, then ate again, until he was strong and full.

Ông ăn, rồi ngủ, rồi lại ăn, cho đến khi khỏe mạnh và no bụng.

When he was ready, he turned back toward camp and Thornton.

Khi đã sẵn sàng, anh quay trở lại trại và Thornton.

With steady pace, he began the long return journey home.

Với bước chân đều đặn, anh bắt đầu cuộc hành trình dài trở về nhà.

He ran in his tireless lope, hour after hour, never once straying.

Anh ta chạy không biết mệt mỏi, giờ này qua giờ khác, không bao giờ chệch hướng.

Through unknown lands, he moved straight as a compass needle.

Qua những vùng đất xa lạ, anh di chuyển thẳng như kim la bàn.

His sense of direction made man and map seem weak by comparison.

Cảm giác định hướng của ông khiến con người và bản đồ trở nên yếu đuối khi so sánh.

As Buck ran, he felt more strongly the stir in the wild land.

Khi Buck chạy, nó cảm nhận rõ hơn sự xáo động trong vùng đất hoang dã.

It was a new kind of life, unlike that of the calm summer months.

Đó là một cuộc sống mới, không giống như những tháng hè yên bình.

This feeling no longer came as a subtle or distant message.

Cảm giác này không còn là một thông điệp tinh tế hay xa vời nữa.

Now the birds spoke of this life, and squirrels chattered about it.

Bây giờ các loài chim nói về cuộc sống này, và các loài sóc thì ríu rít về nó.

Even the breeze whispered warnings through the silent trees.

Ngay cả làn gió cũng thì thầm cảnh báo qua những tán cây im lặng.

Several times he stopped and sniffed the fresh morning air.

Nhiều lần anh dừng lại và hít thở không khí trong lành buổi sáng.

He read a message there that made him leap forward faster.

Anh ấy đọc một tin nhắn ở đó khiến anh ấy nhảy về phía trước nhanh hơn.

A heavy sense of danger filled him, as if something had gone wrong.

Một cảm giác nguy hiểm dâng trào trong anh, như thể có chuyện gì đó không ổn.

He feared calamity was coming—or had already come.

Ông lo sợ tai họa sắp xảy ra—hoặc đã xảy ra rồi.

He crossed the last ridge and entered the valley below.

Anh ta vượt qua dãy núi cuối cùng và đi vào thung lũng bên dưới.

He moved more slowly, alert and cautious with every step.

Anh ta di chuyển chậm hơn, cảnh giác và thận trọng với từng bước đi.

Three miles out he found a fresh trail that made him stiffen.

Đi được ba dặm, anh phát hiện ra một dấu vết mới khiến anh cứng người.

The hair along his neck rippled and bristled in alarm.

Những sợi tóc dọc theo cổ anh dựng đứng và dựng ngược lên vì lo lắng.

The trail led straight toward the camp where Thornton waited.

Con đường mòn dẫn thẳng đến trại nơi Thornton đang đợi.

Buck moved faster now, his stride both silent and swift.

Buck lúc này di chuyển nhanh hơn, sải chân của anh vừa nhẹ nhàng vừa nhanh nhẹn.

His nerves tightened as he read signs others were going to miss.

Anh căng thẳng khi đọc những dấu hiệu mà người khác sẽ bỏ lỡ.

Each detail in the trail told a story — except the final piece.

Mỗi chi tiết trong hành trình đều kể một câu chuyện, ngoại trừ chi tiết cuối cùng.

His nose told him about the life that had passed this way.

Chiếc mũi của ông cho ông biết về cuộc sống đã trôi qua theo cách này.

The scent gave him a changing picture as he followed close behind.

Mùi hương đó giúp anh thay đổi hình ảnh khi anh bám sát phía sau.

But the forest itself had gone quiet; unnaturally still.

Nhưng khu rừng lại trở nên yên tĩnh; tĩnh lặng một cách bất thường.

Birds had vanished, squirrels were hidden, silent and still.

Những chú chim đã biến mất, những chú sóc ẩn mình, im lặng và bất động.

He saw only one gray squirrel, flat on a dead tree.

Anh ta chỉ nhìn thấy một con sóc xám nằm dài trên một cái cây chết.

The squirrel blended in, stiff and motionless like a part of the forest.

Con sóc hòa nhập vào trong, cứng đờ và bất động như một phần của khu rừng.

Buck moved like a shadow, silent and sure through the trees.

Buck di chuyển như một cái bóng, im lặng và chắc chắn giữa những hàng cây.

His nose jerked sideways as if pulled by an unseen hand.

Mũi anh ta giật sang một bên như thể bị một bàn tay vô hình kéo đi.

He turned and followed the new scent deep into a thicket.

Anh quay lại và đi theo mùi hương mới vào sâu trong bụi cây.

There he found Nig, lying dead, pierced through by an arrow.

Ở đó, anh ta tìm thấy Nig nằm chết, bị một mũi tên đâm xuyên qua.

The shaft passed clear through his body, feathers still showing.

Mũi tên xuyên qua cơ thể anh ta, lông vũ vẫn còn lộ ra.

Nig had dragged himself there, but died before reaching help.

Nig đã tự mình lê bước đến đó, nhưng đã chết trước khi đến được nơi giúp đỡ.

A hundred yards farther on, Buck found another sled dog.

Đi xa hơn một trăm thước, Buck lại tìm thấy một con chó kéo xe trượt tuyết khác.

It was a dog that Thornton had bought back in Dawson City.

Đó là con chó mà Thornton đã mua ở Dawson City.

The dog was in a death struggle, thrashing hard on the trail.

Con chó đang vật lộn dữ dội, giãy giụa trên đường mòn.

Buck passed around him, not stopping, eyes fixed ahead.

Buck đi vòng qua anh ta, không dừng lại, mắt vẫn nhìn thẳng về phía trước.

From the direction of the camp came a distant, rhythmic chant.

Từ phía trại vọng đến tiếng hô vang đều đều, xa xa.

Voices rose and fell in a strange, eerie, sing-song tone.

Những giọng nói vang lên rồi lại hạ xuống theo một giai điệu kỳ lạ, rùng rợn, như đang hát.

Buck crawled forward to the edge of the clearing in silence.

Buck lặng lẽ bò về phía rìa bãi đất trống.

There he saw Hans lying face-down, pierced with many arrows.

Ở đó, chàng nhìn thấy Hans nằm sấp, trên người có rất nhiều mũi tên.

His body looked like a porcupine, bristling with feathered shafts.

Cơ thể của ông trông giống như một con nhím, có lông vũ mọc khắp người.

At the same moment, Buck looked toward the ruined lodge.

Cùng lúc đó, Buck nhìn về phía ngôi nhà gỗ đổ nát.

The sight made the hair rise stiff on his neck and shoulders.

Cảnh tượng đó khiến tóc gáy và vai anh dựng đứng.

A storm of wild rage swept through Buck's whole body.

Một cơn bão giận dữ dữ dội tràn ngập khắp cơ thể Buck.

He growled aloud, though he did not know that he had.

Anh ta gầm gừ lớn tiếng mặc dù anh ta không biết điều đó.

The sound was raw, filled with terrifying, savage fury.

Âm thanh thô ráp, chứa đầy sự giận dữ đáng sợ và man rợ.

For the last time in his life, Buck lost reason to emotion.

Lần cuối cùng trong đời, Buck mất đi lý trí vì cảm xúc.

It was love for John Thornton that broke his careful control.

Chính tình yêu dành cho John Thornton đã phá vỡ sự kiểm soát cẩn thận của ông.

The Yeehats were dancing around the wrecked spruce lodge.

Những người Yeehats đang nhảy múa quanh ngôi nhà gỗ vân sam bị phá hủy.

Then came a roar—and an unknown beast charged toward them.

Rồi tiếng gầm vang lên—và một con thú lạ lao về phía họ.

It was Buck; a fury in motion; a living storm of vengeance.

Đó là Buck; một cơn thịnh nộ đang chuyển động; một cơn bão báo thù sống động.

He flung himself into their midst, mad with the need to kill.

Anh ta lao vào giữa bọn họ, điên cuồng vì ham muốn giết chóc.

He leapt at the first man, the Yeehat chief, and struck true.

Anh ta nhảy vào người đàn ông đầu tiên, tù trưởng Yeehat, và đánh trúng.

His throat was ripped open, and blood spouted in a stream.

Cổ họng anh ta bị rách toạc và máu phun ra thành dòng.

Buck did not stop, but tore the next man's throat with one leap.

Buck không dừng lại mà chỉ nhảy một cái là xé toạc cổ họng của tên tiếp theo.

He was unstoppable—ripping, slashing, never pausing to rest.

Anh ta không thể ngăn cản được - liên tục xé, chém, không bao giờ dừng lại để nghỉ ngơi.

He darted and sprang so fast their arrows could not touch him.

Anh ta lao đi và nhảy nhanh đến nỗi những mũi tên của họ không thể chạm tới anh ta.

The Yeehats were caught in their own panic and confusion.

Người Yeehats cũng rơi vào tình trạng hoảng loạn và bối rối.

Their arrows missed Buck and struck one another instead.

Mũi tên của họ không trúng Buck mà lại trúng vào nhau.

One youth threw a spear at Buck and hit another man.

Một thanh niên ném giáo vào Buck và trúng một người đàn ông khác.

The spear drove through his chest, the point punching out his back.

Ngọn giáo đâm xuyên qua ngực anh ta, mũi giáo đâm vào lưng anh ta.

Terror swept over the Yeehats, and they broke into full retreat.

Nỗi kinh hoàng tràn ngập người Yeehats và họ tháo chạy hết tốc lực.

They screamed of the Evil Spirit and fled into the forest shadows.

Họ hét lên về Linh hồn Ác quỷ và chạy trốn vào bóng tối của khu rừng.

Truly, Buck was like a demon as he chased the Yeehats down.

Buck thực sự giống như một con quỷ khi đuổi theo bọn Yeehats.

He tore after them through the forest, bringing them down like deer.

Anh ta chạy đuổi theo họ qua khu rừng, hạ gục họ như hạ gục một con nai.

It became a day of fate and terror for the frightened Yeehats.

Đó trở thành ngày định mệnh và kinh hoàng đối với những người Yeehats sợ hãi.

They scattered across the land, fleeing far in every direction.

Họ tản ra khắp đất nước, chạy trốn theo mọi hướng.

A full week passed before the last survivors met in a valley.

Phải mất cả tuần lễ, những người sống sót cuối cùng mới gặp nhau trong một thung lũng.

Only then did they count their losses and speak of what happened.

Chỉ khi đó họ mới đếm lại những mất mát và kể lại những gì đã xảy ra.

Buck, after tiring of the chase, returned to the ruined camp.

Buck, sau khi mệt mỏi vì cuộc rượt đuổi, đã quay trở lại trại trại bị phá hủy.

He found Pete, still in his blankets, killed in the first attack.

Anh ta tìm thấy Pete, vẫn còn quấn trong chăn, đã tử vong trong lần tấn công đầu tiên.

Signs of Thornton's last struggle were marked in the dirt nearby.

Dấu hiệu của cuộc đấu tranh cuối cùng của Thornton vẫn còn in trên đất gần đó.

Buck followed every trace, sniffing each mark to a final point.

Buck lần theo từng dấu vết, đánh hơi từng dấu vết cho đến điểm cuối cùng.

At the edge of a deep pool, he found faithful Skeet, lying still.

Bên mép một vực sâu, anh tìm thấy chú Skeet trung thành đang nằm bất động.

Skeet's head and front paws were in the water, unmoving in death.

Đầu và chân trước của Skeet nằm trong nước, bất động vì đã chết.

The pool was muddy and tainted with runoff from the sluice boxes.

Hồ bơi lầy lội và bị ô nhiễm bởi nước chảy ra từ các máng xả.

Its cloudy surface hid what lay beneath, but Buck knew the truth.

Bề mặt mây mù che giấu những gì bên dưới, nhưng Buck biết sự thật.

He tracked Thornton's scent into the pool—but the scent led nowhere else.

Anh ta lần theo mùi hương của Thornton vào trong hồ nước—nhưng mùi hương đó chẳng dẫn đến đâu khác.

There was no scent leading out—only the silence of deep water.

Không có mùi hương nào dẫn ra ngoài mà chỉ có sự im lặng của vùng nước sâu.

All day Buck stayed near the pool, pacing the camp in grief.

Cả ngày Buck ở gần hồ bơi, đi đi lại lại trong trại trong đau buồn.

He wandered restlessly or sat in stillness, lost in heavy thought.

Ông ta đi lang thang không ngừng nghỉ hoặc ngồi im lặng, chìm đắm trong suy nghĩ nặng nề.

He knew death; the ending of life; the vanishing of all motion.

Ông biết đến cái chết; sự kết thúc của cuộc sống; sự biến mất của mọi chuyển động.

He understood that John Thornton was gone, never to return.

Ông hiểu rằng John Thornton đã ra đi và không bao giờ quay trở lại.

The loss left an empty space in him that throbbed like hunger.

Sự mất mát đã để lại trong anh một khoảng trống nhói lên như cơn đói.

But this was a hunger food could not ease, no matter how much he ate.

Nhưng cơn đói này không thể nào vơi đi dù anh có ăn bao nhiêu đi nữa.

At times, as he looked at the dead Yeehats, the pain faded.

Đôi khi, khi nhìn vào những người Yeehats đã chết, nỗi đau bỗng tan biến.

And then a strange pride rose inside him, fierce and complete.

Và rồi một niềm kiêu hãnh kỳ lạ dâng trào trong anh, dữ dội và trọn vẹn.

He had killed man, the highest and most dangerous game of all.

Anh ta đã giết chết con người, loài thú dữ cao cấp và nguy hiểm nhất.

He had killed in defiance of the ancient law of club and fang.

Ông ta đã giết người bất chấp luật lệ cổ xưa là dùng dùi cui và nanh vuốt.

Buck sniffed their lifeless bodies, curious and thoughtful.

Buck ngửi những xác chết đó, tò mò và suy nghĩ.

They had died so easily—much easier than a husky in a fight.

Chúng chết quá dễ dàng—dễ hơn nhiều so với một con chó husky trong một cuộc chiến.

Without their weapons, they had no true strength or threat.

Không có vũ khí, họ không có sức mạnh hay mối đe dọa thực sự.

Buck was never going to fear them again, unless they were armed.

Buck sẽ không bao giờ sợ chúng nữa, trừ khi chúng có vũ khí.

Only when they carried clubs, spears, or arrows he'd beware.

Chỉ khi họ mang theo dùi cui, giáo mác hoặc mũi tên thì anh mới cảnh giác.

Night fell, and a full moon rose high above the tops of the trees.

Đêm xuống và trăng tròn nhô cao trên ngọn cây.

The moon's pale light bathed the land in a soft, ghostly glow like day.

Ánh trăng nhợt nhạt phủ lên mặt đất một thứ ánh sáng nhẹ nhàng, ma quái như ban ngày.

As the night deepened, Buck still mourned by the silent pool.

Khi đêm xuống, Buck vẫn than khóc bên hồ nước tĩnh lặng.

Then he became aware of a different stirring in the forest.

Sau đó, anh nhận thấy có sự chuyển động khác thường trong khu rừng.

The stirring was not from the Yeehats, but from something older and deeper.

Sự khuấy động này không phải đến từ người Yeehats, mà từ một thứ gì đó cũ kỹ và sâu sắc hơn.

He stood up, ears lifted, nose testing the breeze with care.

Anh đứng dậy, tai dựng lên, mũi cẩn thận hít thở làn gió.

From far away came a faint, sharp yelp that pierced the silence.

Từ xa vọng đến một tiếng thét yếu ớt, sắc nhọn xé toạc sự im lặng.

Then a chorus of similar cries followed close behind the first.

Sau đó, một điệp khúc những tiếng kêu tương tự vang lên ngay sau tiếng kêu đầu tiên.

The sound drew nearer, growing louder with each passing moment.

Âm thanh đó ngày một gần hơn và to hơn theo từng khoảnh khắc trôi qua.

Buck knew this cry—it came from that other world in his memory.

Buck biết tiếng kêu này—nó đến từ thế giới khác trong ký ức của anh.

He walked to the center of the open space and listened closely.

Anh ta bước tới giữa khoảng đất trống và lắng nghe thật kỹ.

The call rang out, many-noted and more powerful than ever.

Tiếng gọi vang lên, nhiều nốt nhạc và mạnh mẽ hơn bao giờ hết.

And now, more than ever before, Buck was ready to answer his calling.

Và giờ đây, hơn bao giờ hết, Buck đã sẵn sàng đáp lại tiếng gọi của mình.

John Thornton was dead, and no tie to man remained within him.

John Thornton đã chết, và không còn mối liên hệ nào với con người còn sót lại trong ông.

Man and all human claims were gone—he was free at last.

Con người và mọi đòi hỏi của con người đã không còn nữa— cuối cùng anh đã được tự do.

The wolf pack were chasing meat like the Yeehats once had.

Bầy sói đang săn đuổi thịt giống như người Yeehats đã từng làm.

They had followed moose down from the timbered lands.

Họ đã theo dấu đàn nai sừng tấm từ vùng đất có nhiều cây gỗ xuống.

Now, wild and hungry for prey, they crossed into his valley.

Bây giờ, hoang dã và đói mồi, chúng băng qua thung lũng của ông.

Into the moonlit clearing they came, flowing like silver water.

Họ tiến vào khoảng đất trống dưới ánh trăng, trôi như dòng nước bạc.

Buck stood still in the center, motionless and waiting for them.

Buck đứng yên ở giữa, bất động và chờ đợi họ.

His calm, large presence stunned the pack into a brief silence.

Sự hiện diện to lớn và bình tĩnh của anh khiến cả bầy phải im lặng trong chốc lát.

Then the boldest wolf leapt straight at him without hesitation.

Sau đó, con sói táo bạo nhất không chút do dự nhảy thẳng về phía anh ta.

Buck struck fast and broke the wolf's neck in a single blow.

Buck ra đòn rất nhanh và bẻ gãy cổ con sói chỉ bằng một đòn.

He stood motionless again as the dying wolf twisted behind him.

Anh ta lại đứng bất động khi con sói hấp hối quằn mình phía sau anh ta.

Three more wolves attacked quickly, one after the other.

Ba con sói khác tấn công nhanh chóng, con này nối tiếp con kia.

Each retreated bleeding, their throats or shoulders slashed.

Mỗi người đều rút lui trong tình trạng chảy máu, cổ họng hoặc vai bị cắt.

That was enough to trigger the whole pack into a wild charge.

Chỉ riêng điều đó đã đủ để kích hoạt cả bầy lao vào tấn công dữ dội.

They rushed in together, too eager and crowded to strike well.

Họ cùng nhau lao vào, quá háo hức và đông đúc để có thể tấn công tốt.

Buck's speed and skill allowed him to stay ahead of the attack.

Tốc độ và kỹ năng của Buck giúp anh luôn đi trước đối phương.

He spun on his hind legs, snapping and striking in all directions.

Anh ta xoay người trên hai chân sau, cắn và tấn công theo mọi hướng.

To the wolves, this seemed like his defense never opened or faltered.

Với lũ sói, có vẻ như hàng phòng ngự của hắn chưa bao giờ bị hở hay yếu đi.

He turned and slashed so quickly they could not get behind him.

Anh ta quay lại và chém nhanh đến nỗi họ không thể đứng ra sau anh ta được.

Nonetheless, their numbers forced him to give ground and fall back.

Tuy nhiên, số lượng của họ đã buộc ông phải nhượng bộ và rút lui.

He moved past the pool and down into the rocky creek bed.

Anh ta di chuyển qua hồ bơi và xuống lòng suối đầy đá.

There he came up against a steep bank of gravel and dirt.

Ở đó, anh ta nhìn thấy một bờ dốc toàn sỏi và đất.

He edged into a corner cut during the miners' old digging.

Anh ta lách vào một góc bị cắt trong quá trình đào bới của những người thợ mỏ.

Now, protected on three sides, Buck faced only the front wolf.

Bây giờ, được bảo vệ ở ba phía, Buck chỉ phải đối mặt với con sói phía trước.

There, he stood at bay, ready for the next wave of assault.

Ở đó, anh ta đứng ở vị trí an toàn, sẵn sàng cho đợt tấn công tiếp theo.

Buck held his ground so fiercely that the wolves drew back.

Buck giữ vững lập trường của mình một cách quyết liệt đến nỗi bầy sói phải lùi lại.

After half an hour, they were worn out and visibly defeated.

Sau nửa giờ, họ đã kiệt sức và thất bại rõ ràng.

Their tongues hung out, their white fangs gleamed in moonlight.

Lưỡi của chúng thè ra, răng nanh trắng sáng lấp lánh dưới ánh trăng.

Some wolves lay down, heads raised, ears pricked toward Buck.

Một số con sói nằm xuống, đầu ngẩng lên, tai dựng lên hướng về phía Buck.

Others stood still, alert and watching his every move.

Những người khác đứng yên, cảnh giác và theo dõi mọi hành động của anh ta.

A few wandered to the pool and lapped up cold water.

Một số người đi dạo đến hồ bơi và uống nước lạnh.

Then one long, lean gray wolf crept forward in a gentle way.

Sau đó, một con sói xám dài và gầy từ từ tiến về phía trước.

Buck recognized him—it was the wild brother from before.

Buck nhận ra anh ta—chính là người anh em hoang dã lúc trước.

The gray wolf whined softly, and Buck replied with a whine.

Con sói xám rên rỉ khe khẽ và Buck cũng đáp lại bằng tiếng rên rỉ.

They touched noses, quietly and without threat or fear.

Họ chạm mũi nhau, một cách lặng lẽ và không hề có sự đe dọa hay sợ hãi.

Next came an older wolf, gaunt and scarred from many battles.

Tiếp theo là một con sói già, gầy gò và đầy sẹo vì nhiều trận chiến.

Buck started to snarl, but paused and sniffed the old wolf's nose.

Buck bắt đầu gầm gừ, nhưng rồi dừng lại và hít mũi con sói già.

The old one sat down, raised his nose, and howled at the moon.

Con chim già ngồi xuống, hếch mũi lên và hú lên với mặt trăng.

The rest of the pack sat down and joined in the long howl.

Những con còn lại trong đàn ngồi xuống và cùng hú lên một tiếng dài.

And now the call came to Buck, unmistakable and strong.

Và giờ đây tiếng gọi ấy đã vang đến Buck, rõ ràng và mạnh mẽ.

He sat down, lifted his head, and howled with the others.

Anh ta ngồi xuống, ngẩng đầu lên và hú cùng với những người khác.

When the howling ended, Buck stepped out of his rocky shelter.

Khi tiếng hú kết thúc, Buck bước ra khỏi nơi trú ẩn bằng đá của mình.

The pack closed in around him, sniffing both kindly and warily.

Bầy sói vây quanh anh ta, đánh hơi anh ta một cách vừa thân thiện vừa cảnh giác.

Then the leaders gave the yelp and dashed off into the forest.

Sau đó, những người dẫn đầu hú lên và chạy nhanh vào rừng.

The other wolves followed, yelping in chorus, wild and fast in the night.

Những con sói khác cũng chạy theo, đồng thanh tru lên, dữ dội và nhanh nhẹn trong đêm.

Buck ran with them, beside his wild brother, howling as he ran.

Buck chạy cùng họ, bên cạnh người anh em hoang dã của mình, vừa chạy vừa hú hét.

Here, the story of Buck does well to come to its end.

Ở đây, câu chuyện về Buck đã đi đến hồi kết.

In the years that followed, the Yeehats noticed strange wolves.

Trong những năm tiếp theo, gia đình Yeehats nhận thấy những con sói lạ.

Some had brown on their heads and muzzles, white on the chest.

Một số con có màu nâu trên đầu và mõm, màu trắng trên ngực.

But even more, they feared a ghostly figure among the wolves.

Nhưng thậm chí họ còn sợ một bóng ma giữa bầy sói.

They spoke in whispers of the Ghost Dog, leader of the pack.

Họ thì thầm nói về Chó Ma, thủ lĩnh của bầy.

This Ghost Dog had more cunning than the boldest Yeehat hunter.

Con Chó Ma này còn xảo quyệt hơn cả thợ săn Yeehat táo bạo nhất.

The ghost dog stole from camps in deep winter and tore their traps apart.

Con chó ma đã lấy trộm đồ từ các trại vào mùa đông khắc nghiệt và xé tan bẫy của họ.

The ghost dog killed their dogs and escaped their arrows without a trace.

Con chó ma đã giết chết đàn chó của họ và thoát khỏi mũi tên mà không để lại dấu vết.

Even their bravest warriors feared to face this wild spirit.

Ngay cả những chiến binh dũng cảm nhất cũng sợ phải đối mặt với tinh thần hoang dã này.

No, the tale grows darker still, as the years pass in the wild.
Không, câu chuyện ngày càng trở nên đen tối hơn khi nhiều năm trôi qua trong tự nhiên.

Some hunters vanish and never return to their distant camps.
Một số thợ săn biến mất và không bao giờ trở về trại xa xôi của họ.

Others are found with their throats torn open, slain in the snow.
Những người khác được tìm thấy với cổ họng bị xé toạc và bị giết trong tuyết.

Around their bodies are tracks — larger than any wolf could make.
Xung quanh cơ thể chúng có những dấu vết lớn hơn bất kỳ dấu vết nào mà loài sói có thể tạo ra.

Each autumn, Yeehats follow the trail of the moose.
Mỗi mùa thu, người Yeehats lại đi theo dấu vết của loài nai sừng tấm.

But they avoid one valley with fear carved deep into their hearts.
Nhưng họ tránh một thung lũng với nỗi sợ hãi khắc sâu vào trái tim.

They say the valley is chosen by the Evil Spirit for his home.
Người ta nói rằng thung lũng này được Ác quỷ chọn làm nơi ở của mình.

And when the tale is told, some women weep beside the fire.
Và khi câu chuyện được kể lại, một số phụ nữ đã khóc bên đống lửa.

But in summer, one visitor comes to that quiet, sacred valley.
Nhưng vào mùa hè, có một du khách đến thung lũng linh thiêng và yên tĩnh đó.

The Yeehats do not know of him, nor could they understand.
Người Yeehats không biết đến ông và cũng không thể hiểu được ông.

The wolf is a great one, coated in glory, like no other of his kind.
Con sói là một con sói vĩ đại, được bao phủ bởi vẻ đẹp lộng lẫy, không giống bất kỳ con sói nào cùng loài.

He alone crosses from green timber and enters the forest glade.
Chỉ có một mình ông đi qua khu rừng xanh và tiến vào khoảng rừng trống.

There, golden dust from moose-hide sacks seeps into the soil.
Ở đó, bụi vàng từ những chiếc túi da nai thấm vào đất.

Grass and old leaves have hidden the yellow from the sun.
Cỏ và lá già đã che khuất màu vàng của ánh nắng mặt trời.

Here, the wolf stands in silence, thinking and remembering.
Ở đây, con sói đứng im lặng, suy nghĩ và ghi nhớ.

He howls once—long and mournful—before he turns to go.
Ông hú lên một lần - một tiếng hú dài và buồn thảm - trước khi quay đi.

Yet he is not always alone in the land of cold and snow.
Nhưng anh ấy không phải lúc nào cũng đơn độc trên vùng đất lạnh giá và tuyết rơi.

When long winter nights descend on the lower valleys.
Khi những đêm đông dài buông xuống các thung lũng thấp hơn.

When the wolves follow game through moonlight and frost.
Khi bầy sói đuổi theo con mồi dưới ánh trăng và sương giá.

Then he runs at the head of the pack, leaping high and wild.
Sau đó, anh ta chạy dẫn đầu cả bầy, nhảy cao và mạnh mẽ.

His shape towers over the others, his throat alive with song.
Dáng người của anh cao hơn hẳn những người khác, cổ họng anh rộn ràng với bài hát.

It is the song of the younger world, the voice of the pack.
Đó là bài ca của thế giới trẻ, là tiếng nói của bầy đàn.

He sings as he runs—strong, free, and forever wild.
Anh ấy vừa chạy vừa hát—mạnh mẽ, tự do và mãi mãi hoang dã.